दिल्या घरची मराठी

(महाराष्ट्राबाहेरील मराठीचे सामाजिक भाषाविज्ञान)

दिल्या घरची मराठी

(महाराष्ट्राबाहेरील मराठीचे सामाजिक भाषाविज्ञान)

डॉ. रमेश धोंगडे

दिलीपराज प्रकाशन प्रा. लि.
२५१ क, शनिवार पेठ, पुणे - ४११०३०.

प्रकाशक
राजीव दत्तात्रय बर्वे,
मॅनेजिंग डायरेक्टर,
दिलीपराज प्रकाशन प्रा. लि.,
२५१ क, शनिवार पेठ, पुणे - ४११ ०३०

'शरण्य', स्वेदगंगा सोसायटी,
वारजे, पुणे - ४११ ०५४

प्रथमावृत्ती :
७ जानेवारी २०१२

प्रकाशन क्रमांक :
२००१

ISBN :
978-81-7294-904-4

टाईपसेटिंग
पितृछाया मुद्रणालय,
९०९, रविवार पेठ, पुणे - ४११ ००२

मुद्रितशोधन :
मिलिंद बोरकर, पुणे

मुखपृष्ठ :
सुहास चांडक

मागणे ते हेचि मागे ।
आणिक न लागो छंद दुजा ।।

ती. मधुकाकांना -

तुम्हाला दिलेला शब्द पाळला
... पण तुम्ही हवे होतात!

प्रस्तावना

महाराष्ट्राबाहेरच्या मराठी भाषकांच्या मराठीचा अभ्यास हा माझा डेक्कन कॉलेजमधला महत्त्वाचा प्रकल्प होता. सुमारे मी त्यावर पंधरा-वीस वर्ष काम केले. सामाजिक भाषाविज्ञानाच्या अंगाने केलेल्या या प्रकल्पातील संशोधनाचा भाग इंग्रजीतून मागेच प्रसिद्ध झाला आहे.

मराठीत हा विषय मांडताना केवळ भाषावैज्ञानिक संशोधन म्हणून तो मांडलेला नाही. मराठी वाचकाला सामाजिक भाषाविज्ञानाकडे पाहण्यास प्रवृत्त करावे, त्याला या विद्याशाखेची तोंडओळख व्हावी, सर्वसामान्य स्तरावर भाषा म्हणून मराठीचा विचार करताना हे एक वास्तव लक्षात घ्यावे, असे हेतू या ग्रंथरचनेमागे आहेत. म्हणूनच महाराष्ट्राबाहेरील मराठी भाषकांच्या मराठीचे ध्वनिव्यवस्थेतील रूप, वाक्यस्तरावरील पर्यायांचे विश्लेषण, ध्वनी आणि व्याकरण या स्तरावरचे परिवर्तनीय घटक इत्यादी गोष्टी या ग्रंथात मांडलेल्या नाहीत. सर्वसामान्य मराठी वाचकाला शब्दस्तरावरचे विश्लेषण सुलभपणे समजेल, या विश्वासाने शब्दांची चर्चा ही केंद्रस्थानी ठेवली आहे. वाक्यस्तरावरची चर्चा ही आनुषंगिक व फक्त नमुना म्हणून आलेली आहे.

महाराष्ट्राबाहेरील मराठी भाषकाची मराठीबाबतची वृत्ती, भोवतालच्या बहुसंख्य समाजाविषयीची त्याची मते, त्याला महाराष्ट्रात आल्यावर येणारा अनुभव आणि त्याच्या मराठीच्या वापराची क्षेत्रे यांचे या ग्रंथात विवेचन केले आहे. क्षेत्रीय पाहणीवर आधारलेले निष्कर्ष हे या ग्रंथाचे महत्त्वाचे अंग आहे. प्रवासवर्णन, परदेशातले वास्तव्य वगैरेंबाबत व्यक्तिनिष्ठ अनुभवांचे लेखन मराठीत मोठ्या प्रमाणात होते. त्यातील मते ही व्यक्तीची मते असतात. काही गमतीदार अनुभवही त्यातून सांगितले जातात. सामाजिक भाषाविज्ञान या मतांना

प्रत्यक्षलक्ष्यी असा विस्तृत आधार शोधते. त्यामुळे सामाजिक भाषाविज्ञानातील निरीक्षणे ही केवळ व्यक्तीची मते न राहता त्यांना वैज्ञानिक आधाराजन्य निष्कर्ष असे स्वरूप प्राप्त होते.

या प्रकल्पात वेगवेगळ्या वेळी आणि वेगवेगळ्या ठिकाणी माझे विद्यार्थी— डॉ. नितीन मोरे, अनिल सिंग, शिवानी तुकदेव, डॉ. मृणाल मायदेव, डॉ. उषा रानडे – सहभागी झाले. काही बाबतींत ते माझ्यापेक्षाही जास्त कुशाग्र बुद्धीचे होते, हे नि:संशय. त्यांचे मी मनापासून ऋण मानतो. आपल्या विद्यार्थ्यांकडून आपल्याला किती तरी शिकता येते, याचा अनुभव त्यांनीच मला दिला आणि तो फार मोलाचा ठरला. डेक्कन कॉलेजचे तत्कालीन संचालक, ग्रंथपाल, कर्मचारी वर्ग आणि माझे सहकारी आणि उत्तर अमेरिकेतील महाराष्ट्र मंडळे यांच्या पाठिंब्याशिवाय हा प्रकल्प पूर्ण होणे अशक्य होते. त्यांच्या या मदतीबद्दल मी त्यांचा आभारी आहे.

या प्रकल्पात सामग्री गोळा करताना ज्या अनेक मराठी भाषकांनी मला आपला वेळ दिला, मला त्यांच्याशी संभाषण करण्याची संधी दिली त्यांच्या या उपकाराची फेड करणे अशक्य आहे. त्यांना मन:पूर्वक प्रणाम.

'दिलीपराज'च्या सौ. मधुमिता बर्वे आणि श्री. राजीव बर्वे यांची आपुलकी आणि प्रोत्साहनाविना माझे कोणतेच ग्रंथलेखन संभवनीय नाही, याची कृतज्ञतापूर्ण जाणीव मला आहे.

या ग्रंथाच्या वाचकांना मराठीविषयी काही नवीन माहिती मिळेल, मराठी भाषकांच्या प्रश्नांची काही अपरिचित अंगे प्रत्ययास येतील आणि त्याचे ते स्वागत करतील, असा विश्वास वाटतो.

- रमेश धोंगडे

अनुक्रमणिका

. १.

–०–

प्रस्तुतता

परप्रांतांत आणि परदेशांत पोटासाठी गेलेल्या मराठी माणसांच्या मराठी भाषेच्या अवस्थेची ही कहाणी. भोपाळ, इंदूर, कोलकत्ता, अहमदाबाद या भारतातील; तर टोरोंटो, न्यूयॉर्क, न्यू जर्सी, शिकागो, वॉशिंग्टन आणि लॉस एंजिलिस या उत्तर अमेरिकेतल्या शहरांतील मराठी भाषकांच्या १९९० ते २००० च्या दरम्यान केलेल्या सर्वेक्षणांचा हा अहवाल.

'हा अहवाल ग्रंथरूपाने मराठीत का?' असा एक खोचक प्रश्न काही अभ्यासकांना आणि काही जिज्ञासूंना पडेल. या सर्वेक्षणांवर आधारित संशोधन-निबंध इंग्रजीत प्रसिद्ध झाले आहेत. त्यांचे मराठीकरण करणे, हा या ग्रंथाचा हेतू नव्हे. मराठी संस्कृतीच्या संदर्भात मराठी वाचकांसाठी या सर्वेक्षणातून काही वेगळे मिळते. असे का व्हावे? कारण सामाजिक भाषाविज्ञान हे समाजाच्या भाषेसंबंधात असल्याने त्यातील निष्कर्ष समाजसापेक्ष असण्यात गैर काही नाही. उदाहरणार्थ– 'पंचपात्र' हा शब्द इंदूरच्या मराठीत अजूनही आढळतो. याबाबत इंग्रजी वाचकाला काही वाटणार नाही; मराठी वाचकाला ते लक्षणीय वाटेल. दुसरे असे की, दक्षिण अशियाई देशांतील भाषांबाबत लिहिणारा मूळचा दक्षिण आशियाई असणारा पण पाश्चात्त्य देशांत— विशेषत: अमेरिका आणि कॅनडामध्ये— पोटासाठी स्थायिक झालेला एक भाषावैज्ञानिकांचा गट आहे. आपापल्या इंग्रजी शोधपत्रिकांतून ते दक्षिण आशियाई भाषांबाबत लिहीत असतात. उदाहरणार्थ— राजेश्वरी पांढरीपांडे यांचा Studies in the Linguistic Science या शोधपत्रिकेच्या १९८२ च्या १२ व्या खंडात नागपूरमधील हिंदी आणि मराठीवर एक निबंध प्रसिद्ध झाला आहे. 'अजिबात' हा शब्द पुणेरी मराठीत वापरतात, तर 'बिलकुल' हा शब्द नागपुरी मराठीत वापरतात, असे त्या म्हणतात. वस्तुत:

'अजिबात', 'बिलकुल', 'मुळीच' हे तीनही पर्याय पुणेरी मराठीत आहेत. 'सावकाश' हा शब्द पांढरीपांड्यांच्या मते पुणेरी, तर 'आरामाने' नागपुरी. 'हे उद्यापर्यंत आरामात पूर्ण होईल', या पुणेरी मराठी वापराचे काय? 'नाही पाहिजे' हे नागपुरी मराठी, तर 'नको' हे पुणेरी मराठी— असेही पांढरीपांडे म्हणतात. पण 'मला तो नाही गेला पाहिजे' आणि 'मला तो जायला नको', हे दोन्ही प्रयोग पुणेरी मराठीत भिन्नार्थाने वापरतात; त्याचे काय? पांढरीपांड्यांच्या मते, 'लाज' हा पुणेरी मराठी शब्द, तर 'शरम' नागपुरी. नागपुरी मराठीने हा हिंदीतून उसनवारीने घेतलेला शब्द, पण उसनवारीचे शब्द घरचेच होत नाहीत कशावरून? तर 'लाज'पासून 'लाजाळू' होते, पण 'शरम'पासून 'शरमाळू' होत नाही म्हणून. म्हणजे उधारीवर घेतलेल्या शब्दांपासून नवीन शब्दसिद्धी होत नाही. पण मग 'ममताळू', 'घृणाळू', 'चिडाळू' वगैरे शब्दसिद्धीही होत नाहीत; म्हणून 'ममता', 'घृणा', 'चीड' हेही उसनवारीचे म्हणायचे का?

पांढरीपांड्यांच्या या निबंधात अशी विवाद्य स्थाने आहेत, हे एक; पण मुख्य म्हणजे, नागपुरी मराठी बोलणाऱ्या किती भाषकांचे सर्वेक्षण पांढरीपांडे यांनी केले, याचा उल्लेख निबंधात कुठेही नाही. निबंधाचे निष्कर्ष सामाजिक भाषाविज्ञानाचे, पण त्याचा आधार मात्र केवळ वैयक्तिक समजुतीचा. हे इंग्रजीत खपते; मराठीत खपणे अवघड आहे.

ज्या भाषेचा सामाजिक भाषाविज्ञानाच्या आधारे विचार केला जातो, तो विचार त्या समाजाच्या भाषेत मांडणे संशोधनाच्या आरोग्यासाठी अधिक फायदेशीर आहे, असे मला वाटते. महाराष्ट्राबाहेरील मराठीवर मराठीत ग्रंथरचना करणे म्हणूनच अधिक स्पृहणीय ठरावे.

भाषेचा तिच्या सामाजिक संदर्भात विचार करते, ते सामाजिक भाषाविज्ञान. सामाजिक भाषाविज्ञान ही केवळ भाषाविज्ञानापेक्षा तुलनेने नवी, अलीकडची अशी ज्ञानशाखा आहे. नव्या ज्ञानशाखेवर स्वत: फारसे कष्ट न करता, उपलब्ध इंग्रजी ग्रंथांच्या आधारे मराठीत भाराभर लेखन करण्याचा सपाटा मराठी विद्वान नेहमीच लावतात. संरचनावाद, अस्तित्ववाद, आदिबंधात्मक समीक्षा, तौलनिक साहित्यशास्त्र, विकसनशील अर्थशास्त्र, लोकवाङ्मय, सौंदर्यशास्त्र या ज्ञानशाखांतील मराठी ग्रंथरचनेकडे लक्ष दिल्यास हे सहज पटू शकेल. प्रस्तुत ग्रंथ मराठीमध्ये लिहिण्यामागे हे कारण बिलकुल नाही. सामाजिक भाषाविज्ञान ही केवळ नवी ज्ञानशाखा नाही; ती वाढणारी ज्ञानशाखा आहे. तिची व्याप्ती अद्यापही निश्चित झालेली नाही. या ज्ञानशाखेत भाषा व समाज यांतील संबंधांबाबतचे अनेक

अंदाज बांधले गेले आहेत; पण त्यांना अद्याप सिद्धांताचे स्वरूप नाही. खरे म्हणजे, सामाजिक भाषाविज्ञान हे सैद्धान्तिक भाषाविज्ञान नव्हे. त्यामुळे यातील संशोधनाच्या अनेक शक्यता अद्यापही अस्पर्श राहिल्या आहेत. मराठीमध्ये ग्रंथरचना करण्यामागे एक हेतू असा की, मराठी वाचकांना या विषयाकडे भयभीत नजरेने न पाहता कुतूहलाने पाहायला शिकवावे.

भाषा हा भाषाविज्ञानाच्या अभ्यासाचा विषय, पण भाषा हा सर्वसामान्यांच्या जीवनाचा एक अविभाज्य भागही आहे. आपल्याला सहजपणे आलेली मराठी, आपण नित्यनियमाने आरामात वापरत असलेली ही भाषा परप्रदेशवासी झाली की काय होते, हे समजून घेण्याची उत्सुकता सर्वसामान्य मराठीप्रेमीला निश्चितपणे वाटणार. हा ग्रंथ मराठीमध्ये लिहिण्याचे हे चौथे आणि महत्त्वाचे कारण.

* * *

.२.

-०-

भाषा-भाषकांचे सर्वेक्षण

जेव्हा समान भाषा बोलणारा एखाद्या समाजातील एक वर्ग परमुलखात दीर्घकाळ राहण्यासाठी जातो; तेव्हा त्या वर्गाच्या सांस्कृतिक जीवनात अनेक प्रश्न, अनेक वृत्ती आणि अनेक बदल निर्माण होतात. प्रवासासाठी परप्रांतात जाणे वेगळे आणि वास्तव्यासाठी परप्रांतात जाणे वेगळे. आपण जेव्हा काश्मीरला प्रवासी म्हणून जातो, तेव्हा तेथील लोकांशी येणारा संपर्क हा केवळ व्यापारी स्वरूपाचा असतो. सभोवतालचा परिसर पाहणे, विश्रांती घेणे किंवा चैन करणे, दिलेले काम उरकणे अशा स्वयंकेंद्रित गोष्टींना त्यात प्राधान्य असते. तिथल्या लोकांची राहणी, त्यांचे सामाजिक व्यवहार, त्यांच्यातील परस्परसंबंध, सामाजिक समारंभ, स्थानिक प्रश्न, तेथील लोकांच्या एखाद्या निर्णयाबाबतच्या भूमिका— यांच्याशी आपल्याला फारसे देणे-घेणे नसते. कामानिमित्त किंवा तेथे स्थायिक झालेल्या एखाद्या कुटुंबाशी नातेसंबंध असल्यामुळे अशा प्रवासांची वारंवारिता वाढली, तर या गोष्टींचे पुसट असे भान आपल्याला येते; पण आपला परकेपणा आपण टाकत नाही.

अगदी वृत्तपत्रांचे वार्ताहर झाले काय किंवा दूरदर्शनचे कॅमेरामनसह असलेले वृत्तनिवेदक झाले काय, हा स्वयंकेन्द्रीपणा कळत-नकळत प्राधान्याने राहतो.

'श्रीनगर ते कारगिल... या युद्धसदृश पट्ट्यात आम्हाला खरे दर्शन झाले ते माणसांचे' (सकाळ, २३-७-९९), असे वार्तापत्रकार म्हणतो; पण हे दर्शन काय स्वरूपाचे असते? सुमो गाडी थांबवून ठिकठिकाणी अनेकांना भेटलो, अनेकांशी बोललो, असे वार्ताहर म्हणतात. ही ठिकाणे कोणती? काश्मिरी भाषकांशी कसे बोलता आले? कारगिलमधील लदाखी भाषकही अनेक भेटले

का? त्यांच्याशी कसे बोलणे केले? हे प्रश्न झाकले जातात. *'या सर्वांशी बोलताना एक गोष्ट प्रकर्षाने जाणवली की, याही परिस्थितीत ते धैर्याने उभे आहेत'*, असे वार्तापत्रकार लिहितो. हाच वार्तापत्रकार याआधी (सकाळ, २०-७-९९) वेगळेच वर्णन करतो. *'पाकिस्तानी घुसखोरांना पळवून लावले, असे आपण म्हणत असलो... तरी येथील परिस्थिती अजूनही भयावह व अनिश्चित आहे... सोनमर्ग ते कारगिल या पट्ट्यातील भयग्रस्त आणि अनिश्चित वातावरणामुळे हाती आलेले भाताचे पीक कापता येत नाही आणि कापलेले पीक वेळीच उचलता येत नाही, अशा परिस्थितीत या परिसरातील शेतकरी सापडला असून पिकाच्या होणाऱ्या हानीमुळे पुढच्या काळात येथील शेतकरी व त्याच्या कुटुंबीयांवर उपासमारीची वेळ येण्याची भीती व्यक्त केली जात आहे... या परिसरातील हजारो नागरिक गेले दोन-अडीच महिने आपल्या मुलाबाळांसह श्रीनगर व परिसरातील नातेवाइकांकडे आश्रयासाठी गेले आहेत...'* या दोनही वार्तापत्रांतले 'अनेक' लोक दोन भिन्न प्रवृत्ती नकळतपणे दाखवतात. हे असे होण्याचे कारण एकच : अल्पकालीन संपर्कातून स्वकेंद्री वृत्तीने केलेली ही तात्कालिक स्वरूपाची निरीक्षणे आहेत. या स्वकेंद्रीपणामुळे आपल्याला हवे ते किंवा आपल्याला सापडावे असे वाटते, ते सापडते. पाकिस्तानमधून प्रसिद्ध होणाऱ्या 'डॉन' या वृत्तपत्राच्या एका लेखकाने १७-७-९९ च्या अंकात कारगिल, श्रीनगर परिसरातील नागरिकांच्या स्वातंत्र्याच्या ऊर्मींचा उल्लेख केला आहे.

वास्तव्यासाठी परमुलखात गेलेल्यांना तेथील समाजातच राहायचे असल्याने असा अलिप्तपणा टिकवणे अवघड जाते. बाहेरून आलेली एकटी व्यक्ती आणि भाषकांचा गट यांच्या दृष्टिकोनांतही फरक पडतो. अमेरिकेत आडगावी स्थायिक झालेल्या एकमेव मराठी कुटुंबाला मराठीपण टिकवणे जवळजवळ अशक्य होते. श्वेतवर्णीयांची इंग्रजी, कृष्णवर्णीयांची इंग्रजी, कामाच्या ठिकाणी संपर्कात येणाऱ्या स्वभाषेत लोकांची भाषा, त्यांच्या आवडी-निवडी, त्यांच्या वागण्याच्या पद्धती, त्यांच्याशी वागताना पाळायचे नीतिनियम— या गोष्टी स्वीकाराव्याच लागतात. मराठीपणातील काही गोष्टींच्या विरोधी असणाऱ्या गोष्टी स्वीकाराव्या लागतात; मराठीपणाला मुरड घालून, आवडीने किंवा नाइलाजाने. ओटावामध्ये स्थायिक झालेले एक मराठी इंजिनिअर. त्यांना भेटण्याची इच्छा होती— कामानिमित्त. टोरोंटोमधील मराठी भाषकांना त्यांची माहिती नव्हती. महाराष्ट्र मंडळाकडे ते कधी फिरकलेही नव्हते. ओटावातील माझ्या कॅनडियन मित्राकडे चौकशी केली. त्याने तत्परतेने माहिती जमवली. या गृहस्थांना भारतीय

माणसांत मिसळायलाच आवडत नव्हते. मात्र श्वेतवर्णीय लोकांशी अत्यंत प्रेमाने, किंचित अतिउत्साहाने ते वागत. माझ्या मित्राला भेटायला ते उत्सुक होते. त्यांच्या घरी गेल्यावर त्यांच्याशी ते विषय काढून काढून बोलत होते; पण माझ्याशी बोलताना ते फारसे उत्सुक नव्हते. त्यांच्या दृष्टीने मी भारतीय होतो, तर ते जणू श्वेतवर्णीय कॅनडियन होते. परप्रांतात तेथील समाजाशी तादात्म्य पावण्याचा हा विरळा, पण घडणारा प्रकार. परप्रांतामध्ये जी भाषा बोलली जाते, तिचे भाषक बहुसंख्य असतात, म्हणून त्या भाषेला प्रधानभाषा म्हणता येईल. बाहेरून वास्तव्यासाठी आलेल्या भाषकांचा गट हा सुरुवातीला तरी अल्पसंख्य असतो, म्हणून त्यांच्या भाषेला गौणभाषा म्हणता येईल. स्थलांतरित व्यक्ती वा कुटुंब एकाकी असले आणि बहुसंख्याकांशी त्यांचा संपर्क अटळ असला, तर गौणभाषा हळूहळू क्षीण होते. कालांतराने नष्टही होते.

बिहारमध्ये स्थायिक झालेली अशी एकाकी मराठी कुटुंबे आहेत. तंजावरमध्येसुद्धा काही भागात अशी एकाकी कुटुंबे आहेत. अनेक वर्षांपूर्वी त्यांनी महाराष्ट्र सोडल्याने आजची त्यांची तिसरी किंवा चौथी पिढी मराठी भाषा पार विसरलेली आहे; खरे म्हणजे ते मराठीभाषकच नाहीत. पुण्याहून अमेरिकेतल्या दूरवरच्या भागात १९५० च्या सुमारास स्थायिक झालेली मराठी कुटुंबे आहेत. त्यांचे मराठी बेताचे आहे; त्यांच्या मुलांचे मराठी अतिशय क्षीण आहे; त्यांच्या तरुण नातवांना तर मराठी येतच नाही.

परप्रांतात स्थायिक होताना स्वभाषेची माणसे कुठे राहतात, ते माणूस शोधतो. त्या भागात वस्तीसाठी जागा घेतो. रस्त्याची कामे करणारे पुण्यातले तेलुगूभाषक, इमारतींची कामे करणारे पुण्यातले कानडीभाषक कामगार आपापल्या झोपड्या एका ठिकाणी उभारतात. अहमदाबादला भद्र हा भाग अल्पसंख्य मराठी भाषकांच्या वस्तीचा. इंदुरात रामवाडी हा भाग असाच. पुण्यातील रास्ता पेठेत तमिळ कुटुंबे एकमेकाला धरून राहतात. भिवंडीला उर्दू भाषकांच्या वस्त्या आहेत. मुंबईत माटुंग्याला तमिळ भाषक तर पूर्वीपासून एकत्र आलेले; उलट उल्हासनगरला सिंधी भाषक आणि बोरिवलीला गुजराती भाषक अलीकडच्या काळात वस्तीसाठी एकत्र आलेले. आपापल्या वस्त्यांत राहण्यात केवळ स्वभाषावापराचे सुख नसते; तर कौटुंबिक चालीरीती, जेवणाच्या पद्धती, धार्मिक समारंभ, पोशाख, पारंपरिक कला, सणसमारंभ हे सर्व राखता येते. मूळ प्रांतातल्या सामाजिक सवयींना मुरड घालावी लागत नाही. टोरोंटो, न्यू जर्सी येथे दीड दिवसाचा सार्वजनिक गणपती मराठी भाषक बसवतात. आरत्या, प्रसाद,

करमणुकीचे कार्यक्रम ही महाराष्ट्रात लागलेली सवय परदेशात टिकवता आल्याने आनंदी होतात.

अल्पभाषकांच्या अशा वस्त्या जगात सर्वत्र आहेत. अमेरिकेत चायना टाउन्स आहेत. इंग्लंडमध्ये आशियाई लोकांच्या वस्त्या आहेत. कॅनडात क्युबेकमध्ये फ्रेंच वस्ती आहे. मराठी भाषकांच्या अशा वस्त्या काय स्वरूपाच्या आहेत, हे पाहणे मनोरंजक तर आहेच; पण भाषा आणि संस्कृतीबाबत उद्‌बोधन करणारेही आहे.

बहुसंख्याकांची भाषा पूर्णत: टाळणे अल्पसंख्य भाषकांना अशक्य असते. त्यामुळे अल्पसंख्य भाषक लवकरच द्विभाषक बनतात. मात्र जेथे जेथे द्विभाषक असतात, तेथे तेथे अल्पसंख्य भाषक स्थलांतर करून आलेले असतात, असे म्हणता येणार नाही. सततच्या संपर्कानेही दोन भिन्न भाषक समाज द्विभाषक होऊ शकतात. बेळगावमध्ये कानडी व मराठी दोन्ही भाषा बोलणारे लोक असे संपर्काने द्विभाषक बनले आहेत. तेथे मराठी भाषक बाहेरून येऊन स्थायिक झालेले नाहीत. नागपुरातही हिंदी व मराठी बोलणारे द्विभाषक हे संपर्काने द्विभाषक झाले आहेत. संपर्काखेरीज शिक्षणानेही माणसे द्विभाषक बनतात. भारतातले इंग्रजी भाषक ना इंग्रजी भाषकांच्या संपर्कात येणारे, ना इंग्रजी या प्रधानभाषा बोलणाऱ्यांनी वेढलेले.

स्थलांतर करून अल्पसंख्य बनलेल्या भाषकांच्या समाजाला दोन पर्याय उपलब्ध असतात. एक— आपली भाषा, आपले सण-समारंभ, आपल्या चालीरीती आपल्या अन्नपद्धती, आपले सामाजिक संकेत, आपली करमणुकीची साधने. म्हणजेच थोडक्यात, आपली संस्कृती प्रयत्नपूर्वक टिकवून धरणे किंवा हळूहळू आपले भाषिक व सांस्कृतिक वेगळेपण टाकून देऊन बहुसंख्य भाषकांची भाषा व संस्कृती आत्मसात करणे.

इतिहासाकडे नजर टाकली, तर काय दिसते? नॉर्मन लोकांनी १२ व्या शतकात इंग्लंडवर स्वारी केली. राज्यकर्ते म्हणून तिथे ते स्थायिक झाले; पण ही फ्रेंच स्वभाषा विसरून बहुसंख्य भाषकांची इंग्रजी त्यांनी स्वीकारली. हेच लोक पुढे आशिया, आफ्रिकेतही राज्यकर्ते झाले; पण तेथील भाषा न शिकता इंग्रजी भाषक म्हणूनच परतले. मात्र बहुसंख्य भाषकांनी शिक्षणाद्वारे त्यांची भाषा स्वीकारली. आज अमेरिका, इंग्लंड, नायजेरियाच्या खालोखाल भारत हा जगात चौथ्या क्रमांकावरचा इंग्रजी भाषकांचा देश आहे. पेशवेकाळात होळकरांसह मराठी भाषक इंदूरला राहिले, गायकवाडांसह मराठी भाषक बडोद्याला राहिले. या

अल्पसंख्य भाषकांनी आपली भाषा व संस्कृती सातत्याने टिकवली. ऑबरवर्ट हे पूर्वी हंगेरीत होते. यातले शेतकरी हंगेरियन व जर्मन भाषा बोलणारे द्विभाषक होते. ऑबरवर्ट १९४० नंतर ऑस्ट्रियात गेले; जर्मन भाषेची प्रतिष्ठा वाढली. आज हंगेरियन भाषा नव्या पिढीतून लोप पावत आहे आणि जर्मनचा प्रभाव वाढला आहे. स्कॉटलंडमधील पूर्व सदरलँडमध्ये गेलिक भाषक स्वभाषा सोडून आज इंग्रजी भाषा स्वीकारत आहेत.

अल्पसंख्य भाषकांनी स्वभाषा सोडण्याची कारणे अनेक असतात. बहुसंख्याकांच्या बरोबर राहिल्याने आर्थिक विकास जास्त होत असेल, तर बहुसंख्य भाषकांची भाषा स्वीकारली जाते. बहुसंख्य भाषकांच्या शासनव्यवस्थेने प्रधानभाषेची सक्ती केली, तर प्रतिकाराची इच्छा नसल्यामुळे किंवा भीतीमुळे ती भाषा स्वीकारली जाते. प्रधानभाषेला सामाजिक प्रतिष्ठा जास्त असेल किंवा स्वत:ची गौणभाषा सामाजिक चेष्टेचा विषय होत असेल, तरी प्रधानभाषा स्वीकारली जाते. स्वभाषा बोलणाऱ्या अल्पसंख्य भाषकांना प्रधानभाषा येणे सामाजिक प्रतिष्ठेचे लक्षण वाटत असेल, तर प्रधानभाषा स्वीकारली जाते. मात्र स्वभाषाप्रेम जागृत असेल, बहुसंख्य भाषक गौणभाषा स्वीकारत असतील किंवा तिचा आदर करीत असतील, गौणभाषेची सामाजिक प्रतिष्ठा वरच्या दर्जाची असेल, गौणभाषकांचा दबावगट राजकीय दृष्ट्या महत्त्वाचा ठरत असेल; तर अल्पसंख्य भाषक गौणभाषा टिकवतात.

महाराष्ट्र सोडून अमेरिका, कॅनडा, बंगाल, मध्य प्रदेश, गुजरात व तमिळनाडू या भागांत स्थायिक झालेल्या मराठी भाषकांच्या मराठीची अवस्था आज काय आहे, हे पाहणे मनोरंजक आणि उद्बोधक आहे. हा शोध घेतल्यावर आलेल्या निष्कर्षांइतकेच हा शोध घेताना आलेले अनुभव भाषेच्या अभ्यासकांना, सर्वेक्षण करणाऱ्यांना उपयोगी पडतील असे आहेत.

भाषेचा अभ्यास करण्यासाठी भाषकांच्या प्रांतात जायला लागते, त्यांच्यात मिसळायला लागते, त्यांच्याशी बोलावे लागते. हे दिसते तितके सोपे नसते. अभ्यासकाला अनेक तडजोडी करायला लागतात, स्वत:च्या आवडी-निवडी बाजूला ठेवायला लागतात, सोय-गैरसोय यांची फारशी तमा न बाळगणे आवश्यक ठरते. तंजावरमध्ये राहण्याच्या जागेपासून अडचणी आहेत. तंजावरला प्रशस्त हॉटेल्स किंवा अतिथिगृहे नाहीत. जेमतेम राहता येईल— खरे म्हणजे दिवसाअखेर झोपता येईल— एवढीच सोय होते. सकाळचा चहा मिळणे अवघड असते. बहुसंख्य लोक कॉफी पितात. पुण्या-मुंबईच्या लोकांना दक्षिण भारत म्हणजे

इडली-सांबार, डोसा, उत्तपा, उपमा यांचे आगर वाटते. त्याच्यावर गुजराण होऊ शकते, असेही वाटते. चेन्नईसारख्या मोठ्या शहरांचा अपवाद सोडला, तर तंजावरसारख्या छोट्या शहरात परिस्थिती वेगळी असते. इडली, डोसा, शिरा, उपमा, उत्तपा हे पदार्थ फक्त सकाळी मिळतात. दुपारच्या जेवणात फक्त भात मिळतो. इडली-डोशाचे दर्शनही दुपारनंतर होत नाही. जेवणात फक्त भात, भाज्या व एखादी डाळ. पाच-सहा माणसांच्या घरात आपण जेवढा एका वेळेसाठी भात शिजवतो, तेवढा भात पहिला भात म्हणून एका माणसाला वाढला जातो. आपणाकडे भातवाढणी, उचटणे वगैरे साधनांनी भात वाढतात. तंजावरला छोट्या घमेल्याने भात वाढतात. 'बॉम्बे थाळी' नावाची थाळी काही हॉटेलांत मिळते. पण त्याने हुरळून जाता येत नाही, कारण यात पोळ्या वगैरे न मिळता पापडासारख्या पातळ व कडक फक्त दोन तेलकट पुऱ्या मिळतात. याउलट मध्य प्रदेशात भोपाळ हे राजधानीचे मोठे शहर असल्याने खाण्याचे हाल नाहीत. हॉटेल्सही बऱ्यापैकी; मुंबईसारखी महागडी नाहीत. भोपाळला दिवसभर पुलाव, रोटी, चना-भटुरा, पराठा, सामोसे यांसारखे पदार्थ सहजपणे मिळू शकतात. इंदूरला त्या मानाने हॉटेल्स कमी, राहण्याच्या जागाही कमी. स्टॅण्डजवळच्या जागा तर घाणेरड्या. अर्थात हा अनुभव कोलकता, गुवाहाटी येथेही येतो. अहमदाबाद हे जागा आणि अन्न यांबाबत अधिक सुसह्य. गुजराती जेवण आणि महाराष्ट्रीय जेवण यांत भरपूर साम्य असल्याने तंजावरसारखे हाल होत नाहीत. पण कालीघाट, हावडा या भागात हॉटेल्स कमी. मुख्य म्हणजे, खाण्याची हॉटेल्स शोधून काढावी लागतात. पुण्या-मुंबईतले हॉटेलवाले लोकांचे लक्ष वेधण्यासाठी काय काय युक्त्या करतात. कोलकत्यात मात्र एखाद्या जुन्या वाड्यात वरच्या मजल्यावरही हॉटेल असते. त्याचे जिने शोधून काढावे लागतात. हॉटेलला सजावट वगैरे नसते. भोपाळ, इंदूर, कलकत्ता इथे खाण्याच्या जागा बेताच्याच स्वच्छ ठेवतात. दक्षिणेत मात्र स्वच्छतेबाबत काटेकोरपणा फार. टेबले आणि फरशी पुसण्याचे काम अव्याहतपणे दक्षिणेतल्या हॉटेलांत चालू असते. या सवयी सांस्कृतिकच. त्या टिकून राहतात. उदाहरणार्थ— पुण्या-मुंबईला आपण हॉटेलात गेलो आणि खाणे झाल्यावरही टेबल आवरण्याऐवजी बराच वेळ तसेच राहिले, तर खुशाल त्या हॉटेलचा मालक पंजाबी वगैरे समजावा. उलट, डिश किंवा चहाचा कप खाली ठेवताच उचलला जातो, तर त्या हॉटेलचा मालक निश्चितपणे उडुपी असणारच. स्वच्छता हे पावित्र्याचे अंग आहे, हे दक्षिण भारतीय संस्कृतीत प्रकर्षाने जाणवते.

सर्वेक्षणासाठी जाणारा भाषावैज्ञानिक आणि मौजेसाठी जाणारा पर्यटक यांच्यात फरक असतो. पर्यटकाला स्वत:कडे असणाऱ्या पैशाच्या बळावर हव्या त्या सुविधा मिळवता येतात; त्याचे वास्तव्यही अल्पकाळाचे असते. सर्वेक्षकाला दीर्घकाळ राहावे लागते, शिवाय जागेची निवड ही अभ्यासाच्या विषयानुरूप करावी लागते. मराठी भाषकांच्या अभ्यासासाठी भोपाळला म्हणूनच 'टिनशेड एरिया' हा भाग, तर अहमदाबादचा भद्र हा भाग सोईचा. भाषकांशी संपर्क साधणे सोपे जाते. कोलकत्याला आम्ही फोर्ट विल्यममध्ये राहत होतो. तिथून हावडा, कालीघाट इकडे जायलाच दीड-दोन तास जायचे. अमेरिका, कॅनडामध्ये मराठी वस्तीचे असे भाग नाहीत आणि तेथील हॉटेल्स भारतीय सर्वेक्षकाला परवडणारी नाहीत.

सर्वेक्षणात नेहमी घडणारी गोष्ट म्हणजे, जेवणाच्या वेळेतला अनियमितपणा. आधी भाषक मिळणे दुरापास्त असते. ते मिळाल्यावर त्यांच्या सोईने जावे लागते. मध्येच मुलाखत थांबवून जेवायला जाता येत नाही. मुलाखतीला लागणारा वेळ अनिश्चित असतो. आमचा अनुभव असा की, नाश्ता करून सकाळी नऊ-साडेनऊला बाहेर पडलो की, त्या दिवसाच्या मुलाखती संपवायला रात्रीचे नऊ-साडेनऊ होतात. बारा-बारा तास काम केले, तरच पाच-सहा मुलाखती पूर्ण स्वरूपात व समाधानकारकपणे होतात. त्यामुळे दुपारचे जेवण चुकतेच. जेवण फक्त रात्रीच होते.

सर्वेक्षणासाठी निघताना काय तयारी हवी? सर्वेक्षण कशाचे व कोणत्या हेतूने केलेले, यावर सामग्री अवलंबून असते. केवळ भाषेचे विश्लेषण करणे हा हेतू असेल, तर मौखिक भाषेचे नमुने गोळा करावे लागतात. ध्वनिस्तरापासून सुरुवात असेल, तर श्रवणप्रत्ययी लेखन करण्याचा सराव हवा. यासाठी वही, पेन व आवश्यक वाटल्यास ध्वनिचिन्हांची तालिका जवळ हवी. भाषकाचे बोलणे ध्वनिमुद्रित करणे फायद्याचे, कारण निवांत वेळी श्रवणप्रत्ययी लेखन तपासता येते. मात्र केवळ ध्वनिमुद्रण करून प्रवास संपल्यावर श्रवणप्रत्ययी लेखन करायचा बेत ठरवू नये. क्षेत्रीय पाहणी करतानाच श्रवणप्रत्ययी लेखन करणे आवश्यक आहे. आलेल्या शंकांचे निरसन क्षेत्रीय पाहणीतच होऊ शकते. रोजच्या कामाची डायरी ठेवायला हवी. त्यात भाषक, भाषा यांबद्दलची निरीक्षणे नोंदवावीत. त्यांचा पुढे उपयोग होतो.

भाषेचा ध्वनिस्तर तपासताना भाषकाकडून सुटे-सुटे शब्द ऐकावे लागतात. पण सूरयोजन तपासण्यासाठी वाक्येही ऐकावी लागतात. रुपिमस्तरावर काम

करताना वेगवेगळ्या वस्तू दाखवून त्यांना काय म्हणतात, असे विचारावे लागते. यासाठी सभोवतालचा दृश्य परिसर, घरातील वस्तू, शरीराचे अवयव यांबाबत प्रथम प्रश्न विचारणे सोईचे असते. चित्रे दाखवूनही प्रश्न विचारता येतात. या सर्वांमध्ये सुरुवातीला नामे अधिक मिळतात, क्रियापदे कमी. अल्पसंख्य मराठी भाषकांचे मराठी तपासताना भाषक व संशोधक दोघेही मराठी जाणणारे असल्याने अर्थातच प्रश्नांचा रोख बदलावा लागतो. भाषकाचे बोलणे ऐकताना त्याच्या ध्वनीतील बदल सहजपणे लक्षात येतो. वस्तू दाखवून शब्द विचारताना काळजी घ्यावी लागते. ताटाकडे बोट दाखवून 'याला तुम्ही काय म्हणता?', असा प्रश्न सुरुवातीला भाषकाला खटकणार नाही; पण संशोधक मराठी भाषकच असल्यास असा प्रश्न हास्यास्पदही ठरतो.

कुंद्राळा कॅम्प हा देगलूरजवळचा भाग. तेथील मराठी भाषकांच्या बोलीभाषेचा अभ्यास करायचा होता. विद्यार्थी-साहाय्यक संशोधकासह तेथे गेलो. विद्यार्थ्याला प्रश्न विचारायला लावून भाषा-नमुने गोळा करायचे प्रशिक्षण द्यायचे होते. त्याने एका ग्रामीण महिलेला घरातील वस्तूंची नावे 'याला काय म्हणतात?' या प्रश्नाचा सपाटा लावून विचारायला सुरुवात केली. त्या महिलेने पाच-दहा मिनिटे नीट उत्तरे दिली; पण या मुलाला मराठी येत असूनही तो आपल्याला वस्तूंची नावे का विचारतो, याचा तिला अचंबा वाटू लागला. मग 'याला काय म्हणता?' या प्रश्नाला 'तुला नाय का म्हैत?', 'तू काय म्हनतो त्येच मीबी म्हनतो'— अशी उत्तरे येऊ लागली. ते साहजिकही होते. हा विद्यार्थी पढवल्यासारखे प्रश्न विचारत होता. 'आम्ही ताट म्हणतो; तुम्ही काय म्हणता?', 'तुम्ही याला ताटच म्हणता का?' 'ताटाला दुसरा काही शब्द वापरता का?' असे प्रश्न किंवा 'मुलीला लग्नात काय काय भांडी दिलीत?' असे प्रश्न विचारता आले असते. परिचित गोष्टींची चित्रे दाखवणेही कधी हास्यास्पद होते. उदाहरणार्थ— खेडेगावात कोंबडी, झाड, डुक्कर, गवत यांची चित्रे अनावश्यक असतात. 'तुमच्या मालकांच्या बहिणीला काय म्हणता?' या प्रश्नावर त्या महिलेने 'भागी' असे उत्तर दिले, तर चूक कोणाची? 'मी रोज अंघोळ करते, हे वाक्य कसे म्हणाल?' हा प्रश्न तर थेट प्रश्न असल्याने अयोग्य आहे. 'मी न्हाईच रोजच्याला अंघुळी करत तर काय म्हनू?' हे त्या महिलेचे म्हणणे अगदी योग्य होते. अपेक्षित उत्तर न आल्यास संशोधकाने गांगरून न जाता सावरून घ्यायचे असते.

इंदूरला अल्पसंख्य मराठी भाषकांचे सर्वेक्षण करताना आलेले अनुभव बोलके आहेत. अशा सर्वेक्षणात भाषक आपली भाषा अद्याप योग्य आहे, पण

इतरांची मराठी बिघडली आहे, असे अभिमानाने सांगतो. ''इकडे इंदूरकडे 'टॉवेल धर' असे न म्हणता 'टॉवेल पकड' असे म्हणतात ना?'' असे विचारल्यावर एक बाई म्हणाल्या, ''हो, इथल्या बऱ्याच लोकांची मराठी बिघडली आहे. पण आम्ही मात्र 'टॉवेल धर'च म्हणतो.'' मात्र काही वेळाने चादरीची घडी घालताना मुलीच्या हातात चादरीचे टोक देताना 'हे पकड बेटा', असे त्या अभावितपणे म्हणून गेल्या.

इंदूरला ७७५ शब्दांची तपासणी केली; तर कोलकता, अहमदाबाद येथे ही संख्या थोडी कमी होती. जे शब्द तपासायचे, त्यांची दैनंदिन जीवनातील वारंवारिता लक्षात घ्यावी लागते. तसेच दैनंदिन जीवनाशी संबंधित अशी अर्थक्षेत्रेही निश्चित करावी लागतात. म्हणजे उदाहरणार्थ— खाद्य पदार्थ, धान्ये, शेत व शेतीची अवजारे, प्रवासी वाहनांच्या सोई, रस्ते, इमारती, नातेवाईक, भावभावना वगैरे क्षेत्रे लक्षात घेऊन ही यादी बनवावी लागते. कोणत्या प्रतीचे मराठी टिकले आहे हे शोधणे, हा आमचा हेतू असल्याने वारंवारितेखेरीज त्या-त्या क्षेत्रातील खास संस्कृतिनिष्ठ असे शब्दही आम्ही घेतले. उदाहरणार्थ— अन्नधान्य, भाज्या या क्षेत्रात 'तांदूळ', 'गहू', 'डाळ', 'तेल' हे शब्द त्यांच्या जास्त वारंवारितेमुळे घेतले. तसेच वारंवारितेमध्ये कमी असणारे, पण मराठी संस्कृतिनिष्ठ असे 'वाल', 'बिरड्या', 'हुलगे' असेही शब्द घेतले. 'घर', 'अंगण', 'दार', 'झाडू' हे शब्द जास्त वारंवारिता असणारे; तर 'सडा' शब्द कमी वारंवारितेचा आणि संस्कृतिनिष्ठ.

वाक्यस्तरावर काम करतानाही विविध रचना, काळ, अभिवृत्ती, व्यामिश्रता यांचा विचार करून वाक्ये आधीच तयार ठेवावी लागतात. भाषक जर दुभाषक असेल तर काम जरा सोपे होते; पण नसेल तर त्याची भाषा आत्मसात करून त्याच्याशी संवाद साधावा लागतो. आधी योजलेली तपासणीची वाक्ये संदर्भानुसार बदलावी लागतात. नागालँडमध्ये 'मी रोज अंघोळ करतो', अशा वाक्याऐवजी 'मी रोज दारू घेतो' असे वाक्य संदर्भासाठी उपयुक्त ठरते. थाईमध्ये काळानुसार क्रियापद बदलत नाही; काळाचे वेगळे प्रत्यय क्रियापदाला लागत नाहीत. त्यामुळे वेगवेगळ्या काळांची आणि वेगवेगळ्या कर्त्यांची वाक्ये तपासण्यात अर्थ नसतो. भाषेचा जसजसा परिचय वाढतो, तसतशी तयार केलेल्या वाक्यांची यादी बदलावी लागते. दैनंदिन जीवनात होणाऱ्या संभाषणातून वाक्यांचे नमुने गोळा करणे अधिक योग्य. कारण त्यातूनच भाषेचा प्रत्यक्ष वापर समजतो. आपल्याला जे शोधायचे आहे, त्याचाच आग्रह धरून भाषकांशी बोलणारा संशोधक अपयशी

ठरतो आणि अप्रियही होतो. मनामध्ये मुद्दा ठेवून भाषकाच्या कलाकलाने घेत संशोधन करणे जास्त फायद्याचे व सुखाचेही होते.

भाषेबाबत भाषकाचे दृष्टिकोन किंवा वृत्ती काय आहेत, हे तापासताना तर आधीच तयार केलेली प्रश्नावली फार जपून वापरावी लागते. भाषकाला दुखवायचे नसते आणि त्याला खोटे बोलण्याचा मोह होईल अशी परिस्थिती निर्माण करायची नसते. भाषेविषयी बोलताना तो इतरही अनेक गोष्टी बोलतो. आपली मते आग्रहाने मांडतो. अशा वेळी संशोधकाने त्याच्याशी हुज्जत घालायची नसते. अहमदाबादला एका भाषकाकडे मराठीबाबत बोलताना त्याने संस्कृत उत्तम शिकले की चांगले मराठी आपोआप येते, असे मत मांडले. त्याचे मत पटत नसले, तरी तात्पुरते स्वीकारावे लागले. आम्ही त्याच्या संस्कृत ज्ञानाचीही प्रशंसा केली. तो खूष झाला. परिणामत: संस्कृतमधील शब्दांचा, रचनांचा अर्थ तो घरात वापरत असलेल्या मराठीत कसा भ्रष्ट होतो, हे सांगताना त्याने आम्ही न विचारता अनेक मराठी वाक्ये दिली.

म्हणजे, भाषासंशोधनासाठी किंवा सर्वेक्षणांसाठी साधने तयार ठेवावी लागतात, हे खरे. 'तुम्ही बोला, मी ऐकतो' असे धोरण चालत नाही, पण या साधनांचा वापर वेळ-काळ पाहून करावा लागतो. इतर शास्त्रांमध्ये व्यक्तीहून अलग करता येणाऱ्या गोष्टींचा अभ्यास होतो. नैसर्गिक शास्त्रे तर व्यक्तिनिरपेक्ष असतात. सामाजिक शास्त्रांतील अर्थशास्त्र, समाजशास्त्र, राज्यशास्त्र इत्यादी शाखांतही अभ्यासविषय व्यक्तीहून वेगळा काढता येतो. भाषाविज्ञानात तसे होत नाही. कारण या शास्त्राचा अभ्यासविषय हा व्यक्तीच्याच मुखातून येतो. त्यामुळे भाषकाशी मित्रत्वाचे संबंध ठेवणे, किमान त्याला संशोधकाचा तिटकारा येऊ न देणे— हे फार महत्त्वाचे असते. याचा अर्थ फक्त सुस्वभावी माणसेच चांगली भाषावैज्ञानिक होतात, असे मुळीच नाही. क्षेत्रीय पाहणीत मित्रत्वाचे, सौहार्दाचे नाटक केले तरी चालते. स्वत:चा स्वभाव ओळखून परिस्थितीनुसार त्याला मुरड घालू शकणारा कोणत्याही स्वभावाचा माणूस भाषावैज्ञानिक क्षेत्रीय पाहणी करू शकतो. आत्मकेंद्री, आत्ममग्न माणूस भाषावैज्ञानिक म्हणून अपयशी होतो. कमालीची सहनशक्ती ही यशस्वी क्षेत्रीय पाहणीची गुरुकिल्ली आहे.

क्षेत्रीय पाहणीत भाषकांशी सुसंवाद साधणे महत्त्वाचे असते. विशेषत: भाषकांचे स्वभाषा आणि परभाषा यांबाबतचे दृष्टिकोन तपासायचे असतील, तर हा सुसंवाद फार महत्त्वाचा असतो. लिखित स्वरूपाच्या प्रश्नावल्या पोस्टाने पाठवून सर्वेक्षण करणे फार मर्यादित अर्थाने उपयुक्त ठरते. भारतीय संदर्भात तर

त्यात कालापव्यय आणि संशोधनात आवश्यक असणाऱ्या खोलात जाऊन चिकित्सा करणाऱ्या वृत्तीचा अभाव हे दोन दोष प्रामुख्याने आढळतात. शंभर प्रश्नावल्या पाठवल्या तर त्यांतील वीस प्रश्नावल्या भरून पाठवल्या जातात, असा शिक्षण, समाजशास्त्र, राज्यशास्त्र, अर्थशास्त्र, मार्केटिंग, जाहिरात या क्षेत्रांत काम करणाऱ्या लोकांचा अनुभव आहे. शिवाय प्रश्नावल्या वेळेवर परत येत नाहीत. भरताना भाषक त्या किती गंभीरपणे घेतो, याचा अदमास लिखित प्रश्नावल्यांवरून येत नाही. यामुळे भाषकांच्या प्रकारावर नियंत्रण ठेवणे अवघड जाते. लिखित प्रश्नावलीत हो/नाही उत्तरे असणारे प्रश्न हे सोईचे व खात्रीशीर असण्याचा संभव जास्त. मात्र वर्णनात्मक किंवा निवेदनात्मक प्रश्नांना फारसा प्रतिसाद मिळत नाही. लिखित प्रश्नावलीच्या लांबीच्या-वाढीच्या व्यस्त प्रमाणात उत्तरे मिळण्याची शक्यता वाढते किंवा घटते. दहा-पंधरा पृष्ठांची प्रश्नावली भरली जात नाही.

भाषकांना भेटून प्रत्यक्ष पाहणी करण्याचा मार्ग अधिक चांगला. अशा वेळी संशोधकाने आपल्या संदर्भासाठी प्रश्नावली वापरावी. संशोधक-साहाय्यक येथे उपयोगी पडतात. मुख्य संशोधक भाषकाशी संभाषण करत असताना साहाय्यकाने प्रश्नावली भरणे, लक्षात येणारे विशेष नोंदणे फायद्याचे ठरते. अहमदाबादमध्ये आम्ही एका घरी गेलो. ते गृहस्थ स्वत:च्या विद्वत्तेवर फार प्रेम करणारे. आम्ही मराठी भाषकांचे सर्वेक्षण करण्यास आलो आहोत, असे म्हटल्यावर आम्ही आत्ताच एकीकडे जेवायला जाऊन आल्याने दमलो आहोत, असे ते म्हणाले. पुन्हा कधी येऊ, असे विचारल्यावर 'कळवीन मी तुम्हाला', असे ते म्हणाले. 'वा! तुम्ही पुण्याचे दिसता?' मी म्हणालो. 'नाही, संगमनेरचा. पण का हो?' त्यांनी विचारले. 'नाही, तुमचे उच्चार अगदी पुणेकरांसारखे आहेत, म्हणून वाटलं तसं.' मी सावरून घेतले. गृहस्थ खूष. 'बसा.' म्हणाले. 'नको. येऊ पुन्हा तुम्ही कळवल्यावर. इतर घरी जायचे आहे.' मी म्हणालो. 'पण मग तुम्ही कसे काय बुवा आलात आमच्याकडे?' त्यांची उत्सुकता चाळवली. 'नाही, बाहेरून जाता-जाता तुमची पाटी पाहिली. आडनावावरून मराठी असाल, असे वाटले; पण तुमच्या बोलण्यावरून तुम्ही मूळचे इथले नाही, असे दिसते. त्यामुळे आम्हाला जे हवं, ते मिळणार नाही.' मी म्हणालो. 'बसा हो.' ते म्हणाले, 'माझी इथली दुसरी पिढी.' जेवून दमलेल्या त्यांच्या मुली मग बाहेर आल्या, पाठोपाठ बायकोही. खरे म्हणजे, आम्हाला स्त्री-भाषकांच्या मराठीचे नमुने हवे होते. मी त्या गृहस्थांना बोलत ठेवले, कारण त्यांच्या मुलींवरचा वचक

अडचणीचा होता. बरोबरच्या दोन संशोधिकांनी त्या तिघींच्या मुलाखती घेतल्या.

भाषकाशी संभाषण करताना प्रश्नावली ही संदर्भासाठी वापरायची असते. त्याच्या देखत वाचून दाखवायची नसते; नाही तर संभाषण हे संभाषण न राहता उलटतपासणी होते. प्रश्न खूप खुबीने विचारायचे असतात. मुख्य म्हणजे, संवाद साधण्यासाठी इतरही प्रश्न विचारायचे असतात, पण ते प्रश्न सुसंबद्ध हवेत. कुंद्राळा कॅम्पवर काम करणाऱ्या माझ्या एका साहाय्यक संशोधकाने विचारलेले हे प्रश्न पाहा :

संशोधक : तुमचं पूर्ण नाव सांगा.
भाषक : शेषराव बन्सीराव इंदूरकर
संशोधक : तुमचं शिक्षण झालं का?
भाषक : हो. बी. एस्सी.
संशोधक : तुम्हाला किती भाषा बोलता येतात?
भाषक : मराठी, हिंदी, इंग्रजी.
संशोधक : तुमची जात कोणती?
भाषक : जात निराळी ओ. बी. सी.

साहाय्यक संशोधकाच्या प्रश्न विचारण्यात मार्दव नाही. आज्ञार्थी वाक्ये सहसा वापरू नयेत, ती तो वापरतो. काही बाबतीत थेट प्रश्न विचारू नयेत, ते तो विचारतो. प्रश्नांचा परस्परांशी संबंध नाही.

भाषक शोधायचे कसे, हा एक प्रश्न असतो. गाव परके असते. हव्या असलेल्या तिथल्या भाषकांच्या वस्तीची आपल्याला कल्पना नसते. जाण्यापूर्वी एक-दोन लोकांच्या ओळखी घेऊन जाणे सोईचे असते. इंदूरला श्री. किबे यांच्याकडे मी असाच ओळखीने गेलो. पुढे त्यांच्याकडून इतर पत्ते घेतले. ज्या भाषकाची मुलाखत घ्यायची, त्याच्याशी संवाद साधता आला; तर तो स्वत:च नव्या भाषकांचे पत्ते देतो, त्यांच्याकडे पोचण्यास मदत करतो. आसाममध्ये सिल्चरला विष्णुप्रिया या भाषेवर मी काम करत होतो. विष्णुप्रियाचे भाषक विखुरलेले. लाला गावात फक्त तीन-चार घरे होती. पण पहिल्याच घरातील भाषकांशी सुसंवाद घडला. परिणामत: आजूबाजूच्या पंचवीस किलोमीटरच्या परिसरातील विष्णुप्रिया बोलणाऱ्यांचे पत्ते त्यांनी दिले. एवढेच नाही, तर मी ज्या दिवशी एखाद्या घरी जाणार असे, त्या घरातील माणसांना ते आदल्या दिवशी भेटत. माझ्या कामाच्या स्वरूपाची व त्याच्या महत्त्वाची माहिती देत.

भाषकांच्या वैयक्तिक आपुलकीइतका सार्वजनिक संस्थांच्या औपचारिक

मदतीचा उपयोग होत नाही. इंदूरमधले साहित्य मंडळ या दृष्टीने कुचकामी निघाले. कोलकत्याच्या महाराष्ट्र मंडळाचा अनुभव तर आणखीनच कोड्यात पाडणारा. तिथले सेक्रेटरी पुण्याचे. त्यांच्या भाषानमुन्यांचा आम्हाला उपयोग नाही, असे कळताच त्यांनी पत्ते देणे आखडते घेतले. काही पत्त्यांवरची मराठी मंडळी तर केव्हाच जागा सोडून गेलेली. साल्ट लेक, हावडा वगैरे भागातील मराठी भाषकांची तर त्यांना कल्पनाही नव्हती. यात आश्चर्य वाटण्यासारखे काही नाही. पुण्यातल्या साहित्य परिषदेला पुण्यातील मराठी व अमराठी भाषकांची कितपत जाण असेल? कोलकत्याच्या महाराष्ट्र मंडळात तर साहित्य व भाषा यापेक्षा मासिक जेवणावळी, सायंकाळचे पत्ते खेळणे, फनफेअरसारखे कार्यक्रम करणे यातच मंडळी तल्लीन असत. उत्तर अमेरिकेतील महाराष्ट्र मंडळे शनिवार-रविवारी सभासदांना एकत्र आणत; पण सभासदांचा मुख्य उद्देश मुलांना खेळायला मिळावे, हा. अमेरिकेतील मराठी मंडळींची अधिवेशने ही प्रामुख्याने वरसंशोधन आणि वधुसंशोधन यांसाठी वापरली जातात, हे उघड गुपित आहे. अशा वातावरणात भाषासंशोधनाचे काम रेटणे जिकिरीचे होते.

भाषक शोधण्याचा आणखी एक मार्ग थोडा धाडसाचा व नशिबावर अवलंबून असणारा आहे. ज्या वस्तीतील भाषक शोधायचे आहेत, त्या वस्तीत संशोधनाने जायचे आणि स्वत:ची ओळख करून देत संवाद साधण्याचा प्रयत्न करायचा. गुवाहाटीजवळच्या सोनापूरमध्ये तिवा भाषेवर काम करत होतो. सोनापूरमध्ये आसामी भाषकांत तिवा भाषक मिसळलेले आहेत. सुरुवातीच्या पाहणीत तिवामध्ये प-फ-ब-भ, त-थ-द, च-छ-ज, क-ख-ग हे मिळाले. भ हा एकमेव सदोष महाप्राणस्फूट स्पर्श ध्वनी होता. हा आसामीचा परिणाम तर नाही ना, अशी शंका आली. आसामींशी किंबहुना शहरांशी संपर्क न आलेले तिवा भाषक कामरूप भागातील खेड्यांत राहतात. ही खेडी डोंगराळ भागातील. त्यांच्याशी संपर्क साधणे आवश्यक होते. कुणाची ओळख निघेना. शेवटी रोंगदोलोई या खेड्यात मी आणि माझे साहाय्यक गेलो. तिथे एका झाडाखाली पकडलेल्या माशांबाबत पाच-सहा तिवा बोलताना दिसले. आम्ही जरा दूर अंतरावर बसलो. आमचा एकंदर अवतार पाहता आम्ही परके आहोत, हे त्यांनी ओळखले. प्रथम त्यांनी आमच्याकडे दुर्लक्ष केले. पण आम्ही त्यांचे बोलणे ऐकतो आहोत, कदाचित ते आम्हाला समजत असावे, असे वाटून ते चपापले. मग एकाने 'ना पाथोयाउना?' (तुम्ही कुठे राहता?), असे म्हटल्यावर आम्ही 'चेंग रुंगलेगास थवांग' (आम्ही सोनापूरला राहतो) असे म्हटले. भाषेने जवळीक आली. त्यांना

भाषाभ्यास, संशोधन वगैरे कळणे शक्य नव्हते; म्हणून आम्ही त्यांना गाव पाहायला, तिवा लोकांशी बोलायला मुंबईहून आलो, असे म्हटले. त्यांनी आम्हाला त्यांच्या खोपटात नेले. इतर खोपटांतील माणसांना बोलावले. बोलताना मानेकडे बोट करून किंवा मानेच्या संदर्भात बोलणे काढून 'खोतोबांग' हा शब्दच हे लोक मानेसाठी वापरतात, हे कळले; सोनापूरमध्येच फक्त काही तिवा 'खोतोभांग' म्हणायचे. रोंगदोलोईच्या लोकांशी पुढे इतकी मैत्री झाली की, त्या आणि जवळच्या टेकड्यांवरील गावांत आम्ही मोकळेपणाने फिरू लागलो, बोलू लागलो.

इंदूरला सुरुवातीला सुस्थितीतील मध्यमवर्गांशीच संबंध आला. गरीब लोकांशी संबंध येईना. मराठा समाजाशीही संबंध आला नव्हता. एकदा जुन्या इंदुरात एका गल्लीतून हिंडताना नऊवारी साडीतील एक गरीब स्त्री दिसली. 'तुम्ही मराठी का हो?' असे त्यांना विचारले. 'आम्हाला तुमच्याशी बोलायला आवडेल. आम्ही पुण्याहून आलोत. द्याल का थोडा वेळ?' असे म्हटल्यावर बाई म्हणाल्या, 'मी आत्ताच कामावरून येतेय. अजून घरचा स्वयंपाक व्हायचाय.' आम्ही म्हटले, 'तुम्ही काम करताना बोललात तरी चालेल.' त्या बाईंनी आम्हाला त्यांच्या घरी नेले. आठ बाय सहाच्या एका खोलीत त्या राहत होत्या. जवळ सून होती. मुलगा पोटापाण्यासाठी इंदूरबाहेर राहायचा. सुरुवातीला आम्ही बिचकत-बिचकत पंधरा मिनिटे बोललो. पण बाई म्हणाल्या, 'आहे मला वेळ. आपण बोलू या.' पंधरा मिनिटांची मुलाखत दोन तास झाली. एवढेच नव्हे, तर सुनेला हाक मारून दोघींच्या बोलण्यातला फरक त्यांनी दाखवला.

मात्र चांगला भाषक मिळायला नशीब लागते, हे खरेच. नांदेडजवळच्या एका खेड्यात काम करताना दिंडीजवळ बसलेले एक फाटक्या अंगाचे मध्यमवयीन गृहस्थ दिसले. मी त्यांच्याशी बोलू लागलो. त्यांनी ओटीवर एक घोंगडे टाकले व आम्ही बसलो. बरोबरच्या साहाय्यक- संशोधकाला मुलाखत घेण्याचे प्रशिक्षण द्यायचे होते. 'तू बोल', अशी मी खूण केली. त्याने पिशवीतून टेपरेकॉर्डर काढला आणि 'तुमचं पूर्ण नाव काय?', 'तुमचं शिक्षण काय?', 'तुम्ही किती भाषा बोलता?' 'तुम्हाला मुलं किती?', 'तुम्ही कुठे काम करता?', 'पगार किती?' अशी अनावश्यक प्रश्नांची सरबती केली. आधीच आम्ही नवखे; त्यात हे प्रश्न. शिवाय काही म्हटलं तर रेकॉर्ड होणार. गृहस्थ घाबरले. 'आधी ते बंद करा.' टेपकडे बोट करून ते म्हणाले. 'का हो?' साहाय्यकाने विचारले. 'मी सरकारी नोकर आहे. तुम्ही कोण? मला फाजील माहिती देता येणार नाही.' ते

म्हणाले, 'मुख्य म्हणजे, माझे बोलणे रेकॉर्ड करून ते तुम्ही माझ्याविरुद्ध कशावरून वापरणार नाही?' असे म्हणून त्यांनी मुलाखतच संपवली.

शब्दांची यादी कशी करायची? भाषकाच्या दैनंदिन जीवनाशी निगडित अशा गोष्टी, घटना लक्षात घेऊन अर्थक्षेत्रे ठरवायची. त्या अर्थक्षेत्रांतील शब्दांचे तीन स्तर पडतात. पहिल्या स्तरावरचे शब्द जास्त वारंवारितेचे आणि म्हणून नित्य वापरातले. या शब्दांचा वापर सर्वसाधारण अर्थाने होतो. म्हणजे उदाहरणार्थ— 'भांडे' हा शब्द पहिल्या स्तरावरचा. 'पंचपात्र', 'पेला', 'ग्लास', 'फुलपात्र' यांना सर्वसाधारण अर्थाने भांडे म्हणतात. दुसऱ्या स्तरावर अधिक नेमका अर्थ असणारे शब्द येतात. या शब्दांची वारंवारिता कमी होते, कारण त्यांचा वापर विशिष्ट संदर्भातच होतो. उदाहरणार्थ— 'अन्न शिजविणे' या अर्थक्षेत्रात 'उकडणे', 'भाजणे', 'परतणे', 'वाफाळवणे,' 'तळणे' हे अधिक नेमक्या अर्थाचे शब्द येतात. तिसऱ्या स्तरावर खास सांस्कृतिक संदर्भ असणारे शब्द येतात. त्यांची वारंवारिता मात्र कमी-जास्त असू शकते. उदाहरणार्थ— 'सण' या अर्थक्षेत्रात गुढी, राखी, दिंड, आकाशकंदील यांसारखे शब्द या प्रकारचे असतात.

शब्दांची यादी करताना वस्तुवाचक शब्द म्हणून नामे, घटना किंवा कृतिवाचक शब्द म्हणून क्रियापदे; वर्णनात्मक शब्द म्हणून विशेषणे व क्रियाविशेषणे यांचा अंतर्भाव होतो. व्याकरणातील उभयान्वयी अव्यये, शब्दयोगी अव्यये, केवलप्रयोगी अव्यये यांचा समावेश यादीत होत नाही.

मराठीच्या बोलींचा अभ्यास करताना आम्ही एक विस्तृत अशी शब्दावली तयार केली होती. अल्पसंख्य मराठी भाषकांच्या सर्वेक्षणाच्या वेळी यातून मग शब्दांची निवड केली. विस्तृत शब्दावलीमध्ये ३४ अर्थक्षेत्रे असून एकूण शब्दसंख्या २९०० आहे. ही शब्दावली अशी : (/या खुणेचा अर्थ 'किंवा').

१) शरीराचे अवयव :

स्तर १ : अक्कल दाढ, अंग, अंगठा, ओटीपोट, कड (कडेवर घेणे), कणा, कंबर, कवडी, कवटी, कल्ला, कांड/पेर, कातडी/कातडं/चमडी, कान, कानाचे पाळे, कानशील/कानफड, काळीज, केस, कोपर/ढोपर, खांदा, गाल, गालफड, घसा, घोटा, चट्टा/डाग, चिपडी, चेहरा/तोंड, छाती, जबडा, जिव्हाळं, जीभ, टक्कल, टाच, टेरी/कुल्ला, डोके, डोळे, तळपाय/तळवा, दंड, दाढ, दात, धड/शरीर, नख, नकटा, नाकपुडी, नाळ, पंजा, पडजीभ, पाठ, पापणी, पाय, पोट/ढेरी, पोटरी/पिंढरी, बरगडी/फासळी, बांधा, बुबुळ, भुवई, मनगट,

मस/चामखीळ, माकडहाड, मांडी, मान, मिशा, मुस्कट/थोबाड/मुस्काड, मूत्र/लघवी, मेंदू, यकृत, रंग, रूप, लव, लाळ, वेणी, शेंडी, शेंबूड, हाड/हाडुक, हिरडी.

स्तर २ : आंधळा, अंबाडा, ओंजळ/पसा, करंगळी, काख, कानशील/कानफड, खोकणे, गर्भाशय, गुडघा, ढुंगण, चकणा/तिरळा, चवडा, जन्मखूण, चिमूट/चिमटी, थुंकी, नखुरडे, बेंबी, पेटका/वांब, बगल, मळ, लिंग (पुरुषाचे)/शिस्न, लिंग (स्त्रीचे)/ योनी, शाट, स्तन, हनुवटी.

२) वय, लिंग

स्तर १ : कोवळा, छक्का/हिजडा, छकुली, जख्ख/जख्खड/म्हातारी, तरणाताठा/तरणाबांड, तान्हं मूल/ तान्हं बाळ/ लेकरू, थेरडा, थोरला/मोठा/वडील, थोराड, नर/पुरुष, नारी/स्त्री, न्हातीधुती/उपवर/वयात आलेली पोर, प्रौढ, बाई, बाळ/लेकरू, बुवा/बाबा, मध्यमवयीन, माणूस, मुलगा/मुलगी, म्हातारचळ, म्हातारा/म्हातारी, लहान, वयस्कर/वयस्क, वृद्ध.

स्तर २ : अर्भक, तरुण/तरुणी, निब्बर/जून.

३) कपडे

स्तर १ : कॉलर, कोट, खण, खिसा, गंजिफ्रॉक, गुंड्या/बटणे, (कपडे) घालणे, नेसणे, चोळी, जर/जरी, जुना, झगा/फ्रॉक, झबले, झंपर/पोलकं/ब्लाऊज, टॉवेल/रुमाल, टी-शर्ट, टोपडे, टोपी, (कपडे) धुणे, धोतर, नवा/नवीन नेहरूशर्ट, पॅन्ट/विजार, पगडी, पागोटे/पटका/फेटा, पायमोजे/सॉक्स, मुंडासे, पदर, पाचवारी/गोल साडी, फाटणे, (कपडे) बदलणे, भरजरी साडी/जरीची साडी, बॉडी/ब्रेसियर, (कपडे) भिजवणे, मफलर/स्कार्फ, मशीन, दुमडणे/मुडपणे, रेशमी, लंगोट, लंगोटी, लुंगी, लुगडे, लोकरी, शर्ट, शाल, शिलाई, शिवणे, साडी, सुई-दोरा, स्वेटर, हातमोजे.

स्तर २ : अंगरखा, उपरणे, उसवणे, इरकली लुगडे, काजे, किनार/काठ, कुंची, कोपरी, गलुतं, टोकपदरी लुगडे, (धोतराचे) पान, बुट्टी, दुपटे, धस लागणे, नऊवारी साडी/लुगडे, पंचा पिळणे, पिळा, बाही, बोहारीण/भांडीवाली, हातरुमाल, विणणे, सदरा, शालू, शिंपी/टेलर, (कपडा) सोडणे/फेडणे, (कपडे) हडकणे.

स्तर ३ : बंडी, बाराबंदी, मुकटा, सोवळे/पीतांबर.

४) अलंकार, सौंदर्यप्रसाधने

स्तर १ : अंगठी, कडे, कमरपट्टा, कुड्या, काळी पोत, जोडवी, गोफ, डूल, चमकी, चितांग, छल्ला, डोरले, तन्मणी, ताईत, तोडे, पाटल्या, पुतळ्यांची माळ, पैंजण, वाकी/बाजुबंद, भिकबाळी, बिंदी, बुगडी, मंगळसूत्र, मनगट्या, लफ्फा, वाळे, साखळी/चेन, नथ, बांगड्या/काकणे, तोरड्या/चाळ, अत्तर, उटणे, कंगवा, काजळ, आकडा, गंगावन, केसांचा टोप/विग, केसांची जाळी, क्लिप/पिन, गंध, चाप, टिकली, तीट, तेल, नेलपेंट/नेलपॉलिश, पावडर, फणी, भांग पाडणे/काढणे, मेंदी, रिबिन, वस्तरा, विंचरणे, साबण, हेअर डाय/कलप, घोटणे, कुंकू, लिपस्टिक, सर्स करणे.

स्तर :२ झुबे/भोकरे/घोसफूल/झुमका, वज्रटीका/वज्रटीक, वेल, सुंकले, (केसांत टाकायची) चमकी/चमचम, मासोळ्या.

स्तर ३ : अंगठे, चिंचपेटी, ठुशी, गळसरी, सुरमा.

५) रोग, दुखणी

स्तर १ : अंग दुखणे / कणकण येणे, अंग मोडून येणे, अपेन्डिक्स, अर्धांग / पक्षाघात / वारे जाणे, आजार/दुखणे, आजार उलटणे, इंजेक्शन, इसब/इसबगोल, उलटी/ओकारी/वांती, कफ, कावीळ, कॅन्सर, कांजण्या, कुष्ठरोग/महारोग, केसतोडा, कोड, खरूज, गळू/बेंड, गजकर्ण, गंडमाळा, (काट्याचे) कुरूप, गर्मी/परमा, गालगुंड, गोवर, जंत, जुलाब/ढाळ, घटसर्प, चिखल्या, जळवात/भेगा पडणे, टायफॉईड/विषमज्वर/मुदतीचा ताप, डांग्या खोकला, डोकेदुखी, डोळे येणे, ताप, तोंड येणे, थंडी ताप/हिवताप/मलेरिया, दमा/दम/अस्थमा, देवी, दातदुखी/दात दुखणे, थर्मामीटर, दातखीळ, नायटा, नारू, पाठदुखी, पित्त, पोटदुखी, पोलिओ, कॉलरा/पटकी, प्लेग/महामारी, बाळगुटी, मूतखडा, मूळव्याध, विषबाधा, सर्दी-पडसे, सूज, फीट/फेपरे, बेडका अडकणे/घरघर लागणे, मधुमेह/डायबिटिस, मोतीबिंदू, रक्तदाब/ब्लडप्रेशर, रांजणवाडी, रोग, संधिवात/सांधेदुखी, हगवण, हृदयविकार, क्षयरोग/टीबी.

स्तर २ : अवधान, गुडघी रोग, (केसाला) चाई लागणे, धुपणी, धनुर्वात, बाळंतरोग, मुडदूस, पंडुरोग, रातांधळे, सुरमा/छातीवरचे डाग, हत्तीरोग.

प्राण्यांना होणारे रोग : कापऱ्या रोग, खांदे रोग, खुरी, शिंगाडा रोग, लूत भरणे, पिसाळणे, क्षत पडणे.

६) औषधे :

स्तर १ : आयोडिन, औषध, काढा, चूर्ण, तुरटी, दवाखाना, पथ्य, बिब्बा, हॉस्पिटल/इस्पितळ, आजारातून उठणे/बरे होणे, उपाय/इलाज/उपचार, तपासणे/तपासणी, दुखणे, औषधाची पुडी, रोगनिदान, रोगी/रुग्ण/पेशंट, सेवा/शुश्रूषा, डॉक्टर/वैद्य.

स्तर २ : अडुळसा, पोटीस, बाळहिरडा, रक्तचंदन.

७) तयार अन्नपदार्थ

स्तर १ : अनारसे, आंबाबर्फी, आम्रखंड, आलेपाक/आल्याची वडी, अळूची भाजी, अळुवडी, आमटी/फोडणीचे वरण, इडली, उत्तपा, उपमा/उप्पीट, ऑम्लेट, उसळ, कचोरी, करंजी, कालवण, कढी, कोको, कोशिंबीर, कॉफी, गुळाची पोळी, चकली, चिक्की, धिरडे, खिचडी (साबुदाण्याची किंवा डाळ-तांदळाची), खीर, गुलाबजाम, चटणी, चहा, चिवडा, जिलेबी, ताक, थालिपीठ, दहीवडे, पंचामृत (दुधाचे किंवा तिखटाचे), पराठा, पापड, पापड्या, पेढा, बर्फी, बाकरवडी, बासुंदी, भजी, भरीत, भाकरी, भाजी, भात, भरली वांगी, बटाटेवडा, मठ्ठा, मसाले भात, मोरावळा, मसाला डोसा, मिसळ, म्हैसूरपाक, लाडू, वडे, वरण, साखरांबा.

स्तर २ : कडबोळे, कलाकंद, गव्हले, गाजराचा हलवा, गाकर, गुलाबजाम, चिकवडे, दडपे पोहे, पाटवडी, पेज, पॅटिस, रगडा पॅटिस, फुलके, रसमलाई, (तिळाचा) हलवा, (मिरचीचा) खर्डा/ठेचा.

स्तर ३ : दशमी, पुरणपोळी, मांडे, मोदक, रायते, शेंगोळी, सांडगे, मुरके/ मुटकुळे, सार, दिंड.

८) अन्नपदार्थ तयार करण्यास लागणारे जिन्नस

स्तर १ : अमसूल, आले, कणीक/पीठ/आटा, काजू, केशर, खवा, खसखस, खाण्याचा सोडा, खोबरे, गूळ, जायफळ, जिरे, तिखट, तूप, तेल, दही, दूध, धणे, डाळीचे पीठ/बेसन, मसाला, मिरे, मीठ, लसूण, लवंग, साखर, सुंठ, हळकुंड, हळद, हिंग, मेतकूट, वेलदोडे.

स्तर २ : जायपत्री, तमालपत्र, नागकेशर, दगडफूल, शहाजिरे.

९) धान्ये, कडधान्ये

स्तर १ : हळीव, उडीद डाळ, कोंडा, गहू, कणसे, चवळी, ज्वारी/जोंधळा, हरबरा, हरबरा डाळ, भात, तंबाखू, तांदूळ, तीळ, तूरडाळ, पोहे, बाजरी, मटकी, मका, मसूरडाळ, मूग, मेथी, मैदा, रवा, वऱ्याचे तांदूळ/वरई, वाटाणे, शेंगदाणे/भुईमूग शेंगा, साबुदाणा, सोयाबीन, हुरडा.

स्तर २ : ओंब्या, जवस, नाचणी, दालचिनी, तवकील, कारळे, सातू, शिंगाडे.

१०) भाज्या

स्तर १ : अंबाडी, अळू, कढीलिंब, करडई, काकडी, कांदा, कारले, (कांद्याची) पात, कोथिंबीर, कोबी, गवार, गाजर, घेवडा, घोसावळे, चवळी, चाकवत, चुका, टोमॅटो, डिंगरी, तांबडा भोपळा, (हिरवा/तांबडा) माठ, तुरीच्या शेंगा, तोंडली, दुध्या/दुधी भोपळा, दोडका, नवलकोल, पडवळ, पावटा, (वाल) पापडी, पालक, फ्लॉवर, भेंडी, बीट, मटार/वाटाणे, मिरची, भोंगी मिरची, बटाटा, मेथी, मुळा, रताळी, राजगिरा, लसूण, वांगी, शेपू, शेवग्याच्या शेंगा, सुरण, हरबरा.

स्तर २ : आरवी, ऐलापैला, करटुले, केळफूल, घोळू, डबल बी/ फरस बी.

११) घर

स्तर १ : अंगण, उंबरा/उंबरठा, ओसरी/पडवी, कडप्पा, कडी, कपाट, काच, किल्ली/चावी, कुलूप, केर/कचरा, कोठार/कोठी, कोयंडा, कोनाडा, कोपरा, कौल, खडी, खांब, खिडकी, खुंटी, खोपटी, गच्ची, गोण/पोते, गॅलरी, (दारावरची) घंटी/बेल, चिरेबंदी वाडा, चुना, चौरंग, चौसोपी वाडा, छत, जाते, जाळी, जिना, झरोका, झोपाळा, तळघर, तुळई, तार, तावदान, दरवाजा/दार, दिवाणखाना, बैठक, धाबे, धुपाटणे, नळ, (दारावरची) पाटी, पंखा, पटई, पाण्याची टाकी, प्रवेशद्वार, पाया, पायपुसणे, पायरी, फरशी, बगीचा/बाग, बिजगिरी, मजला, माडी, माळा, मुसळ, मोरी/न्हाणी, वळचण, वासा, वाळू, वीज/लाईट, वीट, संडास, सांडपाणी, सारवणे, सिमेंट, शिडी, स्वयंपाकघर.

स्तर २ : अडगळीची खोली, अडसर, कडीपाट, गव्हाण, झडप/झाप, फडताळ, माजघर, माळवद, खण.

स्तर ३ : परस/परसदार, पुंगळी, बखळ, मुंडोळ, रमणा.

१२) फर्निचर आणि इतर वस्तू

स्तर १ : अंथरूण, अभ्रा, आरसा, उशी, कंदील, केरसुणी/झाडणी, खाट/बाज, खुर्ची, गादी, गोधडी, (कपड्याची) घडी, घोंगडी/कांबळे, मांडणी/शेल्फ, चादर/पांघरूण, चिमणी, झटकणी, झुंबर, टेबल, तक्क्या, तोरण, दिवाण, पडदा, पलंग, पाट, पाळणा, पोतेरे/बोळा, बिछाना, मच्छरदाणी, मेज, रजई/ दुलई/ रग, रांगोळी, शाल, सतरंजी, स्टूल, सोफा

स्तर २ : धाबळी, चवाळे, पलंगपोस, मोढा.

१३) स्वयंपाकघरातील भांडी, वस्तू

स्तर १ : उखळ, उचटणे/उलथने, ओटा, उदबत्तीचे घर, कढई, कढलं, कणगी, कपबशी, कपाचा कान, कळशी, काटा, कावळा, कुंडा, किटली, किसणी, कुकर, खलबत्ता, खवणी, खरकटी भांडी, खरकटे, गाडगे, गाळणे, गॅस, घागर, चाळणी, चूल, चमचा, चिमटा/सांडशी, (पाण्याचा) जग, जाते, झाकण/झाकणी, झारा, डबा, डाव, ठोक्याचे पातेले, तपेली, तपेले, तवा, ताट, ताटली, तांब्या/लोटी, तिवई, घडवंची, थाळी, देव्हारा, द्रोण, तबक, ताम्हण, निरंजन, पळी, परात, पातेले, पिंप, पाट-पाणी, पाट-वरवंटा, भांडे/फुलपात्र, पेला, पोळ-पाटलाटणे, फुंकणी, बाटली, बंब, बरणी, बादली, भातवाढणी, मडके, माठ, मिश्रणाचा डबा, पाळे, मुसळ, मोदकपात्र, रवी, विळी, सतेले, लोटा/लोटी, वाटी, शेगडी, सट, सुरी, सूप, स्टोव्ह, साल काढणे, सोऱ्या, हंडा.

स्तर २ : उपकरणी, ओगराळे, गडू, गोळे, गवऱ्या, चरवी/ कासंडी/ गुंडी, तसराळे, पितळी, पोहरा, बुधला/बुधली.

स्तर ३ : कातणे, वैल, सारपात्र.

१४) घरातील माणसं, नातेवाईक, नोकर

स्तर १ : अक्का, अण्णा, आई, आतेभाऊ, आत्या, आजोबा, आजी, काका, काकी/काकू, गडी/नोकर/घरगडी, घरजावई, चुलता, चुलती, जाऊ, ताई, दीर, दादा, नणंद, नवरा/पती/ यजमान/मिस्टर, पुतण्या, बायको/पत्नी, बहीण, भाऊ, भाचा, मामा, मामी, मामंजी, मावशी, मावसभाऊ, मेहुणा,

मेहुणी, मोलकरीण/कामवाली/बाई/भांडेवाली, वडील, वन्सं, विहीण, व्याही, सवत, साडू, सावत्र, सासरा, सोयरा.

स्तर २ : मावसा.

१५) नैसर्गिक परिसर, नैसर्गिक घटना, डोंगर, दऱ्या

स्तर १ : अमावास्या/अवस, आकाश/आभाळ, इंद्रधनुष्य, उकाडा, उजेड/प्रकाश, उन्हाळा, उल्का, उष्माघात, ओढा, ओला दुष्काळ/अतिवृष्टी, ओहोटी, अंधार पडणे/काळोख होणे, अंधारून येणे/आभाळ भरून येणे, कडा, (चंद्राची) कला, कवडसा, किडा/कीटक, कोरडा दुष्काळ/अवर्षण, खडक/कातळ/पहाड, खड्डा/खळगा, खनिजे, खाडी, खिंड/खिंडार, गोटा/दगड/धोंडा, खाचखळगा, खाच, ग्रहण, घळ, चढ-उतार, चक्रीवादळ, चंद्र, चंद्रकोर, चंद्रोदय, चांदणे/चांदण्या, जमीन, ज्वालामुखी, टेकडी, टेकाड, डोंगर, डोंगरपायथा, डोंगरमाथा/शिखर/टोक, डोह, ढग, तरंग, तळे, तांबडं फुटणे/फटफटणे, तारे/चांदण्या, तिथी, (उन्हाची) तिरीप, थंडी/गारठा, थंडीची लाट, दरी, दरड कोसळणे, दंव, दिवस, दुपार, धबधबा, धरण, धारा, धूमकेतू, धुकं, धोंडा, नदी, नदीचा उगम/नदीचे मुख, नदीचा गाळ, नदीचा प्रवाह, नक्षत्र, नैसर्गिक आपत्ती/संकट, पठार, पर्वत, पहाट, पाऊस, नागडा पाऊस, रिपरिप पाऊस, रिमझिम पाऊस, मुसळधार पाऊस, धुवाधार पाऊस/संततधार, (नदीचे) पात्र, पावसाळा, पुळण, पागोळ्या, पाणवठा, पूर, पौर्णिमा/पुनव, प्रदूषण, पृथ्वी, फटफटणे/उजाडणे, बेट, बोअरवेल/बोअरिंग, भरती, भूकंप/धरणीकंप, मध्यान्ह, माती, मानव/माणूस, मैदान, मृगजळ, रान, रात्र, ऋतू, लाटा, वातावरण/हवामान, वादळ, वावटळ, वारा, वाळवंट, वाळू/रेती, विहीर, वीज, वीज पडणे, विजेचा कडकडाट, संध्याकाळ/सायंकाळ, सांजावणे, सरपटणारे प्राणी, सोसाट्याचा वारा, सकाळ, संधिप्रकाश, समुद्र, समुद्र खवळणे, सूर्य, सूर्य मावळणे, सूर्यास्त, सूर्य उगवणे, सूर्योदय, हवा, कोरडी हवा, कोंदट हवा, कुंद हवा, गार/थंड हवा, ढगाळ हवा, दमट हवा, पावसाळी हवा, हिवाळा/थंडी.

स्तर २ : उल्कापात/तारा तुटणे, खळे पडणे, जलचर, त्रिभुज प्रदेश, पर्जन्यछाया, मळभ, लाव्हा, शिळा, क्षितिज.

स्तर ३ : ढगफुटी, सुळका.

१६) पक्षी

स्तर १ : कावळा, कोकिळा, गरुड, गवळण, गिधाड, घार, घुबड, चिमणी, टिटवी, पारवा, फुलपाखरू, बगळा, बुलबुल, वटवाघुळ/पाकोळी, सुतार.

स्तर २ : खंड्या, चंडोल, डोमकावळा, भारद्वाज, ससाणा, होला.

१७) जंगल, जंगलातील प्राणी, सरपटणारे प्राणी, झाडे

स्तर १ : अजगर, अशोक, आंबा, उंबर, उंट, उमलणे/फुलणे, एरंड, करकोचा, कळी, काटा, कासव, कोरांटी, कोल्हा, काळवीट, कोंब/मोड, कोमेजणे/सुकणे, कोरफड, खैर, खार, गवत, गवती चहा, गुलमोहर, गवा, गेंडा, घरटे/खोपा/कोटं, घायपात, खोड, गांधीलमाशी, गिधाड, गुहा, घुबड, घूस, घोणस, घोरपड, घनदाट/ निबिड, चंदन, चिंच, चिचुंद्री, चित्ता, जंगल/अरण्य, रान, जाळी, विरळ जंगल, झाड/वृक्ष, डंख/दंश, टणटणी/घाणेरी, तरस, ताड, तुळस, दंश करणे/डसणे/चावणे, देठ, धामण, नाग, नांगी, निवडुंग, नारळ/माड, पळस, पाकळी, पान, पानगळ/पानझड, पारंबी, पालवी, पालापाचोळा, पिंपळ, पोफळी/सुपारी, पेरू, फळ, फांदी, फुलणे, फूल, बकुळ, बांबू/वेळू, बाभूळ, बुंधा/खोड, बीळ, बिबट्या, बोरी, भुयार, मधमाशी, माकड/वानर, मूळ, मोहाचे झाड, मोहोर/बहर, मुंगूस, मेंढा/मेंढी, रानडुक्कर, रानमांजर, रेडा, लांडगा, वड, वठणे, वणवा, वाघ, वारुळ, वेल, शिकार, शिकारी/पारधी, (पानाच्या) शिरा, शिसव, शिरीष, ससा, सरडा, साग/सागवान, साप, सांबर, सावज, साल, सिंह, हत्ती, हरण.

स्तर २ : देवदार, गवा, ढोली, पाणघोडा, हाकारे.

स्तर ३ : पोफळी (सुपारी), निबिड (अरण्य).

१८) फळे

स्तर १ : अक्रोड, अंजीर, अननस, आंबा, आवळा, ऊस, करवंदे, केळे, कलिंगड, कवठ, काजू, कैरी, खजूर, खारीक, चिक्कू, चिंच, जर्दाळू, जाम, जांभूळ, टरबूज, डाळिंब, द्राक्षे, पेरू, पपई, पिस्ता, फणस, बदाम, बोरे, मोसंबे, रामफळ, सफरचंद, सीताफळ, सोनकेळे, शहाळे, संत्रे.

स्तर २ : तुती, नासपती, पपनस.

स्तर ३ : वाळुक, शिंदी.

१९) फुले, फुलझाडे

स्तर १ : अनंताचे फूल, अबोली, कण्हेर, कमळ, कर्दळ, कुंद, कृष्णकमळ, गणेशवेल, गुलाब, निशिगंध/गुलछडी, गुलबक्षी, चाफा, चमेली, जाई, जुई, झेंडू, तेरडा, धोतरा, पारिजात/प्राजक्त, बकुळ, ब्रह्मकमळ, बटमोगरा, बिट्ट्याची फुले, जास्वंद, तगर, मदनबाण, रातराणी, लिली, मोगरा, सदाफुली, सायली, सूर्यफूल, सोनचाफा, हिरवा चाफा.

स्तर २ : गोकर्ण, शंकासुर

२०) किडे

स्तर १ : अळी, इंगळी, उंदीर, ऊ, काजवा, कोळी, गोगलगाय, गोम, गांडूळ, गोचिड, गोमाशी, चिलट, जंत, जळू, झुरळ, टोळ, डास, ढेकूण, नारू, पाल, पिसवा, पोरकिडा, भुंगा, मधमाशी, माशी, मुंगळा/डोंगळा, मुंगी, मृगाचा किडा, रातकिडा, लिखा, वाळवी/उधई, विंचू, सुरवंट.

स्तर २ : चतुर, पाद्रा किडा, पैसा.

२१) पाळीव प्राणी

स्तर १ : उंट, कबूतर, करडू, कुत्रा, कोकरू, कोंबडा, गाढव, गाय, गोऱ्हा, घोडा, टोणगा, डुक्कर, तट्टू/शिंगरू, पोपट, बदक, बकरी, बोकड, बैल, माकड, मांजर, मेंढी, मोर, म्हैस, रेडा, लांडोर, वासरू, शेळी, हत्ती.

स्तर २ : कालवड, पाडा/पारडू, रेडकू.

२२) जमीन, पाणी

स्तर १ : उपसा, एकर, कठीण पाणी/जड पाणी, काठ/तीर/किनारा, खारं पाणी, कसदार जमीन, कालवा/पाट, कुरण, खरीप/पावसाळी, खडकाळ जमीन, जमीन कसणे/मशागत करणे, गुंठा, डबके, ढेकूळ, जिराईत/कोरडवाहू, झरा, ठिबक सिंचन, तळं, थारोळे, धरण, नापीक/रेताड/ओसाड, निचरा, पडीक, पाणी पाजणे, (पाण्याची) पाळी, पाइप, पूल, पोहणे, बुडणे, बेचव (पाणी), (पाण्याचा) भोवरा, बांध/बंधारा, बागायती, बिघा, मळा, माळरान, मृदू पाणी/हलकं पाणी, गोड पाणी, बुडी मारणे, रेताड, शेत, सिंचन, उथळ पाणी, पाणी ओढणे/शेंदणे/काढणे, (पाण्याचा) खडखडाट/ठणठणाट, खोल पाणी, नदीचा घाट, चवदार पाणी, पाणी जिरणे/मुरणे, झुळझुळते पाणी,

पाण्याचे टाके, (पाण्यात) डुंबणे, सूर मारणे, बुडी मारणे, स्वच्छ/नितळ पाणी, तळ/ठाव, ताजे पाणी, पाणी तोडणे, पाणी अडवणे, थंड/गार पाणी, गरम पाणी, उकळते पाणी, आधणाचे पाणी, थेंब, धुणे, जमीन धुपणे, धूप होणे, नळ, पाऊसपाणी, पाणीपुरवठा, पाणी भरणे, महापूर, वाहते पाणी, वाहणे, वाहून जाणे, वाफा, हौद.

स्तर २ : काळी, थड, वावर, पाणलोट क्षेत्र, प्रलय.

स्तर ३ : बारव, थांग, पाणकळा.

२३) धातू व इतर

स्तर १ : ॲल्युमिनियम, कथिल, कासे/काशा, चांदी/रुपं, जस्त, तांबे, पितळ, कडकडे, बीड, लोखंड/लोह/पोलाद, शिसे, सोने, काच, पत्रा.

२४) शेती, पिके, अवजारे

स्तर १ : अवजारे, इरले, कात्री, कुदळ/टिकाव, कुऱ्हाड, कुळव, कुळपणी, खुरपणी, खुरपे, गोफण, घमेले, कोयता/विळा, खत, खोरे/फावडे, चाक, छकडा, जू/जोखड, झारी, झोडपणी, टोपली, तण काढणे, तट्ट्याची गाडी, दाताळे, दोर, चऱ्हाट, धाव, नांगर, नांगरणी, नाडा, पोतं/गोण, पायली, पावसाळी पीक/खरीप, पीक, पेरणी, पेंढी, पोहोरा, फाळ, फवारा, फाडा, बांध, बेणं/बियाणं, बुजगावणे, बैल, बैलगाडी, माचा/माचण, मोट, मण, मळणी, रब्बी, रहाट, राखण, रास करणे, वंगण, वाफा, वेस/शिव, वेसण, विहीर, सुगी/हंगाम/मोसम, सोनखत, सातबाराचा उतारा, सूप, शेणखत, शेर, हिवाळी, होरपळणी.

स्तर २ : उफणणी, झुरी, धुरा.

स्तर ३ : चाढं/तिफण, चास.

२५) धार्मिक, सामाजिक विधी

स्तर १ : अंगात येणे, अग्निसंस्कार/अन्त्यविधी/अन्त्यसंस्कार, अस्थी, अहेनवमी/अविधवा नवमी, अश्म, अंतरपाट, अध्यक्ष, अभिषेक, अक्षता, अभ्यंगस्नान, अष्टविनायक, आहेर, आभारप्रदर्शन, आरती, आरास/सजावट, आवरणे, आषाढी एकादशी, अक्षय तृतीया, उखाणा घेणे/नाव घेणे, उटणे, उत्सव, उद्‌घाटन, उद्यापन, उरूस/यात्रा/जत्रा, उपास, एकतारी/तुणतुणे, ओटी

भरणे, ओवळे, ओवाळणे/औक्षण, ओवाळणी, कंकण बांधणे, कटाची आमटी/सार, कन्यादान, कलेवर/प्रेत, कडुलिंब, करवली/पाठराखीण, कलश, कावळा शिवणे, कांदेनवमी, काडीमोड/घटस्फोट/सोडचिठ्ठी, कुस्ती, केळवण/गडेंगणर, कुमारिका/कुवारीण, कोजागरी, कौल लावणे, खिरापत, गजर, गणेशोत्सव, गंगापूजन/माउंदे, गाठी, गुढी पाडवा, गुळाची पोळी, गोंधळ, गोकुळाष्टमी, गुढी, गृहयज्ञ/ग्रहयज्ञ, गृहप्रवेश / घरभरणी/ वास्तुशांत, गोवरी/ शेण, गौरीहार, गौरी-गणपती, गौरी/महालक्ष्मी, ग्रहण, घागरी फुंकणे, घाणा, घास देणे, घटस्थापना/घट बसणे, चुडा, चिता/सरण, जयंती, जागरण, जानवे, जावळ, झांज, झाल, टाळमृदंग/पखवाज, टिळा, ढोलताशा, डोहाळजेवण, तमाशा, तिळगूळ, तुळशीचे लग्न, तुळशीवृंदावन, तिरडी बांधणे, दसरा, दहावा, दिंडी, दीपप्रज्वलन, देवक, दिवाळी, दिव्याची अवस, धनत्रयोदशी/धनतेरस, धुळवड/धूलिवंदन/शिमगा, नरक चतुर्दशी, नवस फेडणे/करणे, नागपंचमी, नाव ठेवणे/नामकरण/बारसे, नारळी पौर्णिमा/राखी पौर्णिमा, निर्जळी एकादशी/उपवास, नैवेद्य, निधन/मृत्यू/मयत, निवेदक, (जन्म) पत्रिका/कुंडली, लग्न-पत्रिका, पन्हे, पंगत, पणत्या, पताका, (पितृ) पक्ष, पाट लावणे, पाडवा, पानसुपारी, पालखी, पिठोरी (अमावास्या), पुण्यतिथी, पुरणपोळी, पुरोहित, पुष्पगुच्छ, पूजा, पितृपंधरवडा, पितरे, पुरणे/गाडणे/माती देणे, पोटगी, प्रेक्षक/श्रोते, प्रदक्षिणा/फेरी, प्रमुख पाहुणे, प्रसाद, प्राणप्रतिष्ठा/स्थापना, प्रास्ताविक, फटाके, (कुस्त्यांचा) फड, बटू/मुंजा, बलिप्रतिपदा/(दिवाळीचा) पाडवा, बस्ता बांधणे, बळी देणे, बत्तासे, बाजार, ब्राह्मण, (लग्नाची) बैठक/बोलणी, बैलपोळा, बोरन्हाण, बोहले, बिजवर, भटजी/गुरुजी/भट, भाऊबीज, भादरणे/मुंडण करणे, भिक्षावळ, भोंडला/हादगा, मंगळसूत्र, मखर/महिरप, महाशिवरात्र, मंगलाष्टक, मंगळागौर, मरणे/वारणे, मांडव, मांडव परतणे, माळकरी, मातृभोजन, मानपत्र, मानपान मिरवणूक, मुंज, मुंडावळ्या, रंगपंचमी, रथसप्तमी, रोषणाई, ऋषिपंचमी, लग्न, लक्ष्मीपूजन, वटपौर्णिमा, वसुबारस, वधुपरीक्षा, वरपरीक्षा, वरणे, वरात, वाढदिवस, वाण देणे/लुटणे, वाङ्निश्चय, वाजंत्री, वाडी भरणे, विधवा, विधुर, विसर्जन, विटाळ, व्रत/नेम, व्याहीभोजन, विहीण, सत्यनारायण, सप्तपदी, सण, समाधी घेणे, सवाष्ण/सवाशीण, संक्रांत, साडेतीन मुहूर्त, (राख) सावडणे, सीमोल्लंघन/शिलंगण, साखरफुटाणे, सुतक, सुन्मुख, सुपारी खेळणे, सुंठवडा /सुंठसाखर, सूप वाजवणे, सोडमुंज, सोने लुटणे/देणे, सोवळे, शांत करणे, शिमगा, शितळशिमगा, शिवामूठ, श्राद्ध, श्रावणी सोमवार, हलवा, हळदीकुंकू, हळद लावणे, होम, होळी, हरितालिका.

स्तर २ : भोगी, कर, मुळावर येणे, लज्जाहोम/लाजाहोम, साकड घालणे, सीमान्तपूजन.

स्तर ३ : चटावरचे श्राद्ध, श्रावणी.

२६) सामाजिक संप्रेषण-व्यवस्था

स्तर १ : अग्रलेख, आकाशवाणी/रेडिओ/नभोवाणी, आंतर्देशीय (पत्र), उपसंपादक, खुणा, घंटा, चिन्ह, छायाचित्रकार, जाहिरात, जाहिरातदार, जोडकार्ड, टपाल, टपालखर्च, डाकघर/पोस्ट, पत्रपेटी/टपालपेटी, पत्र, पाकीट, पोस्त, तार, तारघर, तिकीट, त्रैमासिक, दूरदर्शन, दूरध्वनी, दैनिक, पाक्षिक, पुरवणी, बातमी, बातमीदार, भाषा, मासिक, लिफाफा/लखोटा, वार्ताहर/पत्रकार, विशेषांक, वृत्तपत्र/वर्तमानपत्र, मथळा/शीर्षक, संपादक, साप्ताहिक.

स्तर २ : निर्देशिका, भित्तिपत्रक, वार्षिक, वितरक, विस्तारित क्रमांक, सेवाशुल्क.

२७ वाहतूकव्यवस्था व रस्ते

स्तर १ : आडवाट, उतार, एकेरी रस्ता, कच्चा रस्ता, खेडे, खड्डा, गर्दी, गल्ली, गटार, घाट, चक्काजाम, चढ/चढाव, चालक, चोरवाट, चौक, जलमार्ग, डबे, डांबरी रस्ता, जकातनाका तिवाठा, तिकीट, दळणवळण, धक्का, नाकेबंदी, नागमोडी रस्ता, नावाडी, निसरडा रस्ता, पाऊलवाट/पायवाट, प्रवेशबंदी, पूल, फाटा, बंदर, बेट, बोगदा, बोळ, भाडे, भुयारी मार्ग, महामार्ग, मैलाचा दगड, रस्ता खोदणे, रस्तारुंदी, रहदारी, रास्ता रोको, रूळ, वळण, वाट काढणे, वाहतूक, वाहतूक परवाना, विजेचे खांब, शहर, सडक/रस्ता, हमरस्ता, हवाईमार्ग.

स्तर २ : उड्डाणपूल, उपाहारगृह, गतिरोधक, गोदी, (बसचा) थांबा, दीपस्तंभ, पदपथ, मालधक्का, रस्ता दुभाजक, वल्ही, शीड, सागरी मार्ग.

२८) वाहने

स्तर १ : आगगाडी, आगबोट/जहाज, टांगा, दुचाकी, माचवा, मालगाडी, फटफटी, टमटम, विमान, हातगाडी, होडी.

स्तर २ : चारचाकी, तरफ.

२९) रंग

स्तर १ : अबोली, आकाशी, काळाकुट्ट/काळाभोर, काळपट, काळसर, काळा, खाकी, केशरी/भगवा, गर्द/गडद/भडक, गव्हाळ, (हिरवा) गार/कंच, गुलाबी, गोरा, घारा, चिंतामणी, जर्द, जांभळा, डाळिंबी, ढवळा, तपकिरी, तांबडा/लाल, दुधी, निळसर, निळा, पांढरा, पिंगा/पिंगट, पिवळसर, पिवळा, पिवळाधमक, पारवा, पिस्ता, पोपटी, फिका, फिरता, भडक, बदामी, भुरा, मातकट, मोतिया, मोरपंखी, राखाडी, लालभडक.

स्तर २ : अंजिरी, आंबा, उदी, करडा, किरमिजी, जांभुळका.

स्तर ३ : राणी.

३०) आवाज

स्तर १ : आरोळी/हाक, आक्रोश करणे, उचकी, ओरडणे, (वीज) कडाडणे/ कडकडाट, कर्कश, (दार) करकरणे, कण्हणे, कानठळ्या, कापरा (आवाज), कावकाव, किरकिर/पिरपिर, किलबिल, किणकिण, किंकाळी, किंचाळणे, कुडकुडणे/हुडहुडणे, कुजबुजणे, केकाटणे, कोल्हेकुई, खरखर, खळ्कन् (फुटणे), खळखळ, खिंकाळणे, खुळखुळ, खिदी-खिदी/गदागदा हसणे, खुडबुड, (ढगांचा) गडगडाट, (पोटात) खुटखुटणे/गुडगुडणे, गजबजाट, गरजणे, गर्जना, गाणे, गडबड-गोंधळ, गोड/मधुर खेकसणे, गुरगुरणे, (पारवा) घुमणे, (माशा) घोंघावणे, घणघण, घोगरा, चिवचिव, चुकचुकणे, छुमछुम, झुक्झुक्, झुळझुळ, टपटप, टरटर (फाटणे), टिक्टिक्, ठोठावणे, डरकाळी, ढमढम, ढेकर, तापलेला (आवाज), तडतडणे, तोतरा/बोबडा, धडधड, बगबग/पकपक, धप्कन्, धडम्, ध्वनी, नाद, पुटपुटणे, पहाडी (आवाज), पादणे, पीपी, प्रतिध्वनी, फडफड, फसफस, फुत्कारणे, फुसफुसणे, फुरफुरणे, फुरका/ओरपणे, बुडबुड, बेसूर/भसाडा, भुंकणे, भोंगा, म्यांव म्यांव, मुसमुसणे, स्फुंदणे, रटरटणे/खदखदणे, रडणे, रिपरिप, रेकणे, वटवट, विव्हळणे, शिट्टी मारणे, शुक्शुक्, सुरेल, सुस्कारणे, सपसप, सळसळ, सूं-सूं, हंबरणे, हलकल्लोळ.

स्तर २ : आकांत करणे, हाकारा, करडा, शिरा ताणणे.

स्तर ३ : किनरा, (फोडणीची) सन्.

३१) वास

स्तर १ : आंबुस/आंबट, उग्र, करपट/जळका/करपलेला, कुजका/

सडका/नासका, खमंग, घमघमाट, तुपट/तुपकट, तेलकट, भाजका, मंद/सौम्य, सुगंध/सुवास, वास घेणे/हुंगणे.

स्तर २ : घामट, दर्प.

३२) स्पर्श

स्तर १ : अलगद/हळू, उष्ण/ गरम, कठीण/कडक, काटा येणे/ शहारा येणे, कोमल/नाजूक/ मऊ, गोंजारणे, खडबडीत, गिळगिळीत, गुळगुळीत, चिकट, टोचणे/बोचणे, थंड, प्रेमळ, बोचरेपणा, रेशमी/मखमली/मुलायम, बिलबिलीत/लिबलिबीत, लुसलुशीत, हळुवार.

स्तर २ : कुरवाळणे, दाहक, बुळबुळीत, राकट.

३३) चव

स्तर १ : अळणी, आंबट, कडू, खारट, खारटधोट, खुसखुशीत/कुरकुरीत, गुळचट, गोड, गोडमिठ्ठ, चमचमीत, चवदार/चविष्ट/रुचकर, झणझणीत, तिखट, तिखटजाळ, तुरट, पाणचट, बेचव, मिळमिळीत, सपक.

स्तर २ : आंबटढोण, आरवार, पचपचीत.

३४) क्रीडा

स्तर १ : अप्पारप्पी/रप्पारप्पी, औडकचौडक/अडम्‌तडम्‌/अटकमटक, आंधळी कोशिंबीर, आट्यापाट्या, ओली-सुकी, कबड्डी/हुतुतू, कुरघोडी, कुस्ती, कोडी घालणे, खोखो, गोट्या, डोंगर का पाणी/दगड का माती/तळ्यात का मळ्यात, झोका, जुगार, टिपऱ्या, ठिकरी, खेळणे, दहीहंडी, पतंग, पत्ते खेळणे, पाणी घालणे, पोहणे, भातुकली/खेळ-खेळ, भेंड्या लावणे, फुगडी, बुद्धिबळ, भोवरा, भिंगरी, मलखांब, रंग खेळणे, रस्सीखेच, लंगडी, लांब उडी, लेझिम, शिवाशिवी/शिवणापाणी, संगीत खुर्ची, सागरगोटे, सोंगट्या/पट.

स्तर २ : डबडा ऐसपैस, पंजा लावणे, रुमालपाणी/आईचे पत्र.

स्तर ३ : सूरपारंब्या.

३५) व्यवसाय

स्तर १ : आचारी/स्वयंपाकी, आया, कडकलक्ष्मी/पोतराज, कासार, कुंभार, केस कापणे/हजामत करणे, खाणकाम, गवळी/दूधवाला, गुरखा/गस्तवाला,

घरगडी/नोकर, गवंडी, गुराखी, गोंधळी, चांभार, चोरी, छपाई, ज्योतिषी, डबेवाला, डोंबारी, धोबी/परीट, न्हावी/हजाम, तमासगीर, तमाशा करणे, तस्करी, तांबट, तेली, दरोडेखोर/डाकू, दलाली, दुकानदारी, नोकरी, (फासे)पारधी, पोलीस, बुवाबाजी, भंगी, भिकारी, भिक्षुकी, महारकी, माळी, रखवालदार/राखणदार, पुढारीपण करणे, मजुरी, मोलकरीण/कामवाली/भांडेवाली, लोहार, वाजंत्रीवाला, वासुदेव, सुतार, सुतारकाम, वकिली, वकील, रंगारी, विणकाम, विणकर, बिगारी, वेश्या, व्यापार, शाहीर, शिंपी, शिक्षक, मास्तरकी, सोनार, हमाली.

स्तर २ : बलुतेदार, वाघ्या-मुरळी, वेठबिगार, वैदू.

हे शब्द म्हणजे त्या-त्या अर्थक्षेत्रातील परिपूर्ण शब्दावली नव्हे. ती पूर्णपणे अक्षरांनुसार लावलेली नाही. मुख्य म्हणजे, शब्दांची निवड केल्यावर विचारताना त्यांचा क्रम नक्कीच बदलावा लागतो. उदाहरणार्थ— चवीमध्ये कडू-गोड, आंबट-खारट अशा जोड्या येतील; तर वाहतूकव्यवस्थेबाबत बोलताना शहर-खेडे असा फरक करत शब्द जुळवावे लागतील. भाषकाच्या परिसराशी संबंधित शब्द प्रथम घेऊन मग इतर शब्द घेणे, हा क्रमही उपयोगी पडतो. जमवलेले शब्द हे महत्त्वाचे अशासाठी की, त्यांचे त्या-त्या क्षेत्रातील स्थान निश्चित आहे. विशिष्ट क्षेत्रात इंग्रजी शब्दांचा वापर अटळ असतो. उदाहरणार्थ टी. व्ही., पोस्टमन यांसारखे शब्द. ते तपासण्याचे कारण नाही, कारण हे परप्रांतात त्या-त्या प्रधानभाषेत वापरले जातात. मात्र रेडिओ, कप, कुकर हे शब्द पर्याय नसलेले व मराठीत कायमचे सामावलेले शब्द असल्याने ते तपासावे लागतात.

तिरकी रेष मारून दिलेले शब्द सर्वच ठिकाणी समानार्थी शब्द म्हणून दिलेले नाहीत. बगबग/पकपक हे समानार्थी आहेत, तर गृहप्रवेश/घरभरणी किंवा खडक/कातळ/पहाड हे फक्त संबंधित आहेत.

* * *

.३.

–o–

इंदूर

इंदूर हे पेशवेकाळापासूनचे होळकरांचे स्थान. त्यांच्याबरोबर मराठी भाषक माळव्यात स्थायिक झाले. अहल्याबाईंच्या कारकिर्दीने इंदूर नावारूपास आले. ब्रिटिशांच्या काळात शासकीय व्यवस्थेमध्ये मुंबईला इंदूर जोडलेले, म्हणजे महाराष्ट्राशी संबंधित. त्यामुळे बडोद्याप्रमाणेच मराठी माणसांची ये-जा टिकून राहिली. स्वातंत्र्यानंतर राज्यपुनर्रचना झाली. मध्य प्रदेश या हिंदी प्रांतात इंदूर समाविष्ट झाले. मराठी प्रांताशी जवळजवळ दोनशे वर्षांचा असलेला संबंध तुटला.

पण इंदूरच्या भाषिक इतिहासात मराठीची वाटचाल वैशिष्ट्यपूर्ण आहे. 'होळकरांच्या इतिहासाची साधने' (खंड १ ते ६), 'महेश्वर दरबारची बातमीपत्रे', 'होळकरांची थैली' हे दस्तऐवज इंदूरच्या श्री प्रताप ग्रंथालयात उपलब्ध आहेत. 'तात्या जोगांच्या इतिहासाची साधने', 'दिवाण पळशीकर दफ्तर' (भाग १) हा दस्तऐवज अनुक्रमे धुळे व अहमदनगर येथे उपलब्ध आहे.

अठराव्या शतकातील इंदुरी मराठीचे रूप लक्षणीय आहे.

मल्हारराव होळकर बाजीरावास लिहितात : 'आम्हास काय रोजमुरे देऊन भागलास म्हणून काठ्या मारतोस?'

यातील रोजमुरे हा शब्द रोजंदारी या अर्थाचा. भागणे हा शब्द हिंदीचा नव्हे. 'करून करून भागला अन् देवपूजेला लागला', या म्हणीतील 'थकणे' या अर्थाचा हा जुना मराठी शब्द.

पुणे भागाकडील लोकांबाबत १७९२ च्या एका पत्रात येणारा उल्लेख असा : 'फलटण वगैरे देशाचे लोक देखणेमात्र, परंतु आवच पहावा. याज पेक्षा पंढरपुराकडील बालेघाटाचे सरेदचे हटकर, सेलार, धनगर, पाखरे, ढोणे, सेडगा

व जाट वगैरे चांगले.'

यातील मात्र शब्दाचा अर्थ व वापर जुन्या वळणाचा. 'आवक १०० रुपये मात्र' या पद्धतीचा. मात्र म्हणजे फक्त किंवा खरेच असा. त्याला परंतु, तथापि हा अर्थ मागाहून आला. शेडगे, शेलार ही आजची आडनावे मुळात स ने सुरू होणारी.

सन १७७९ च्या एका पत्रातील पेशवेकालीन मराठीचे स्वरूप लक्षणीय आहे. *'अहल्याबाईच्या नातवाचे लग्न अक्षत्रितिथेचे दिवशी झाले. शरीरसंबंध बाईचे भाऊ शिंदे यांच्या लेकीची लेक आहे. बाईस चोळी पातळ व फणश्याकडे चार सनगे व शिंद्याकडे चार सनगे असे सर्वांना मिळाले.'*

अक्षय तृतीयेचे अक्षत्रि हे बोलीतील रूप. विवाह, लग्न याला पेशवेकालीन मराठीत शरीरसंबंध असा वास्तव व रांगडा शब्द होता. 'शुभमंगल होणे' हा पुढे ब्राह्मणी मराठीने आणलेला सौम्य शब्दप्रयोग. सनंग या शब्दाचे रूप सनगा असे झालेले दिसते. वस्त्र या अर्थाचा हा मूळ शब्द.

महादजी शिंदे निवर्तल्यावर अहल्याबाई होळकरांच्या अवस्थेचे वर्णन एका पत्रात असे केले आहे : *'महादजी शिंदे मृत्यू जाला. त्यामुळे बाई बहुत श्रमी जाली की मीच काळतोंडी वाचले कशी? सारी मज देखत गेली.'*

यातील 'जाला' हे रूप अर्वाचीन मराठीत 'झाला' असे होईल. जाला-जाहला-झाला अशी साखळी दिसते. 'जाहला' हे रूप अर्वाचीन मराठीत कवितेत वापरतात. 'ह' विशिष्ट परिस्थितीत लोप करून अलीकडच्या व्यंजनाचा महाप्राणस्फुट असा ध्वनी करणे, हे बोली मराठीचे वैशिष्ट्य. यामुळेच 'महिष'चे 'म्हैस'. 'लहान'चे 'ल्हान', 'नहाणे'चे 'न्हाणे' अशी रूपे संभवतात. 'माझ्या देखत'चे जुने रूप 'मज देखत' असे दिसते. मुसलमानी अमदानीत 'हिंदुस्तानी' भाषेच्या संपर्काने 'बहुत'सारखे अनेक शब्द जुन्या मराठीत स्थिरावलेले दिसतात. बादशहा, शहजादी, रईस इतराजी वगैरे शब्द याची साक्ष देतात.

एलिझाबेथ राणी राज्यावर आल्यावर होळकरांचे १८७७ मधले भाष्य असे : *'बादशाहजादी हिंदुस्थानच्या डेरियाचा एक खांब आहे आणि रईस हे डेरियाच्या मेखा. जर मेखा मजबूत नसल्या तर खांब उभा राहणार नाही.'*

येथे डेरा, बादशाहजादी हे शब्द हिंदुस्तानीचे. वरिष्ठांची इमानेइतबारे सेवा करण्याची वृत्ती शिवाजीच्या पूर्वी मराठी सरदारांत होती आणि त्यानंतरही ती टिकून राहिली. चांगल्या अर्थाने इमानदारी व अधिक्षेपाने हुजरेगिरी, ही मराठी मनाची सांस्कृतिक घडण आहे.

हिंदुस्तानी भाषेचा मराठी लिखित भाषेवरचा परिणाम या कागदपत्रांत स्पष्टपणे दिसतो. 'किबे हल्ली इतराजीत आहेत.' (१८३५) यात इतराजी म्हणजे गैरमर्जी. 'राजाभाऊ फणसे यांनी कृष्णा जामदार याजवर गर्दी केली'— यात 'गर्दी करणे' म्हणजे 'हल्ला करणे' हा अर्थ हिंदुस्तानीचा. घराच्या खणांना 'चस्मे' हा शब्द असाच. 'ते घेऊ चाहतात', 'फालतू आफत येईल' अशा प्रयोगांप्रमाणेच 'कैफियत', 'फसली' हे शब्दही हिंदुस्तानीचे. ते प्राबल्याने इंदुरी मराठीत दिसतात.

पण मराठीने आपला देशी बाजही ठेवलेला दिसतो. 'तिचा काळ रात्रीस जाला' (१७९०), म्हणजे 'ती रात्री निवर्तली.' 'चरणाचा निजध्यास आहे' म्हणजे 'भेटीची इच्छा आहे.' हा संस्कृतचा मराठीवरील परिणाम. 'वित्त दिल्हे' (१७९०) म्हणजे 'धन दिले'. यातील 'दिल्हे' हे रूप पेशवेकालीन मराठीचे. सौम्य शब्दप्रयोगाचे अभावाने आढळणारे एक उदाहरण असे : 'अस्पर्शाचा गुंता जाहला' (१७९१), म्हणजे 'विटाळाशी बसली.' 'दोन प्रहर दिवस वाजल्यावर' (१८४४) म्हणजे दुपारचे दोन वाजल्यावर. घराचे 'पटाव', 'चांदे' हे शब्दही जुन्या मराठीचे.

१९८८ आणि १९९० च्या इंदूरच्या सांप्रतच्या मराठी सर्वेक्षणात मध्यमवर्गीय मराठी समाजाने मराठी भाषा व संस्कृती टिकवलेली दिसली. हिंदीचे काही संस्कार सोडले, तर ही मराठी पुण्या-मुंबईच्या मराठीशी मिळती-जुळती. खरे म्हणजे, पुण्या-मुंबईची मराठी ही आदर्श मानली जाते. पुण्या-मुंबईशी या वर्गाचा संपर्कही खूप आहे. मात्र इंदूरमध्ये पिढ्यान् पिढ्या स्थायिक झालेल्या बहुजन समाजाची मराठी इंदूरची मराठी म्हणून लक्षणीय आहे. मिल एरियामध्ये या समाजाची वस्ती आढळली. इंदूरमध्ये क्षत्रिय धनगर समाज मोठ्या प्रमाणावर आहे. या समाजाची तीन भवने आहेत. या समाजाने परंपरागत विधी जपले आहेत. शिलंगणाला जाण्याचा विधी यातलाच. लग्नात वधू-वरांचे मामा त्यांच्यामागे तलवारी घेऊन उभे राहतात. कन्यादान, वर-ओवाळणी, लग्न हे विधी अद्यापही जुन्या रीतीने साग्रसंगीत साजरे होतात. खेरीज छटपूजन, बारवीपूजन हेही विधी होतात. महाराष्ट्रातील ब्राह्मणांचे रीतिरिवाज इंदूरला वरच्या वर्गात आले, असे एक गृहस्थ नाराजीने म्हणाले. 'दोन मिनिटांत मंगलाष्टक म्हटले की लगेच जेवण' असा घाईचा मामला त्यांना मान्य नव्हता. खंडोबा व वणीची सप्तशृंगी ही कुलदैवते मानली जातात. गंमत म्हणजे, उच्च वर्गातील स्त्रिया कोल्हापूरच्या अंबाबाईलाच भवानी मानतात. शंकर हे धनगर समाजात

आराध्य दैवत आहे. श्रावणात राणुबाई व कानुबाईची पूजा होते. चातुर्मासात वांगे वर्ज्य; पण कांदा-लसूण चालतो. चंपाषष्ठीला म्हणूनच 'वांगी सट' किंवा 'बेंगन छट' म्हणतात. १९४७ पूर्वीच्या काळात दसरा मैदानात होळकरांचे सर्व सैन्य येई. पंढरपूरच्या विठोबाला अहल्याबाईचा शृंगार (म्हणजे पूजा) होत असे. धनगर समाज हा प्रामुख्याने मांसाहारी; पण याच समाजातले पुरोहित शाकाहार पाळतात. होळकरांमध्ये पंचभैया होळकर असा एक पोटविभाग आहे. सुतकासाठीचे हे राखीव होळकर असतात, असेही एकाने सांगितले.

धनगर समाजाच्या मराठीवर हिंदीचा ठसा आहे. 'नाव लिखायचं', 'चक्की' (गिरणी), 'टिक्का लावणे' (लस टोचणे), 'बेंगन', 'सर्वदूर', 'अलमारी', 'कैची' (कात्री) असे बरेच शब्द तासाभराच्या गप्पांत श्री. दुधाडे व श्री. आढाव यांच्या बोलण्यात आले. मराठीतला काचेतला 'च' हा हिंदीत नाही. हिंदीत चिमणीतला च आहे. त्यामुळे 'पुस्तकाचे पान', 'मुलगीचे नाव' आणि 'चमचे'मधला शेवटचा 'चे' हा हिंदीप्रमाणे होतो. मात्र दंतमूलीय 'च' अजिबात नाही, असेही नाही. 'चक्की'मध्ये हिंदीचा तालव्य 'च' न येता दंतमूलीय 'च' येतो. हिंदीमध्ये शब्दाच्या अंती जोडव्यंजने आल्यास त्यानंतर 'अ' हा स्वर येत नाही; मराठीत तो आवर्जून येतो. रक्त, संत, रंग यांचे उच्चार लक्षात घ्यावेत. मराठीचा अन्त्य 'अ' स्वर इंदुरी मराठीने टिकवून धरला आहे.

जुन्या मराठीची— विशेषत: ग्रामीण मराठीची— अनेक रूपे धनगर समाजाच्या मराठीत टिकून आहेत. हवस (हौस), ठिवले (ठेवले), ववाळणी (ओवाळणी), अवक्षण (औक्षण) अशी रूपे इंदुरात सापडतात. काही जुने हिंदी शब्दही आढळतात. नाटी मुलगी (ठेंगणी मुलगी), धुमाचौकडी (हल्लागुल्ला, गोंधळ) वगैरे. वाक्य प्रयोगात ही मराठी आणखी वेगळी जाणवते. 'तीन कार्यालयं आहेत. दोघांना लग्नाला देतो', 'हे भेट देऊन राहिले सर्व', 'जाधव वारलं', 'अवक्षण करून राहिले (करत आहोत)', 'विद्वान बामणाची सर्वांना व्यवस्था असते', 'पंढरपूरच्या विठोबाला अहिल्याबाईचा शृंगार होतो', 'कोनाला सुख (मंगल प्रसंग) हे, कोनाला दुख (अडचण) हे, मंग जावं लागतं.' 'टिकला' (टिकली) गोंदणे, 'मावळण' (नणंद), 'कुडुक' (कानातला दागिना), 'गणपती थंड करणे' (विसर्जन करणे), 'नुकतीचे लाडू' (बुंदीचे लाडू), 'बिगर तेलाच्या पोळ्या', 'लक्ष्मी' (झाडणी) यासारखी शब्दयोजनाही ग्रामीण मराठीच्या थाटाची.

मराठी नामांना विभक्ती प्रत्यय किंवा उत्तरयोगी लागण्यापूर्वी नामाचे रूप बदलते. 'शाळा'चे 'शाळे-' असे रूप होऊन मग 'शाळेत', 'शाळेचा' अशी

रूपे सिद्ध होतात. इंदूरच्या या मराठीत हा किचकटपणा अनेकदा टाळला जातो. 'पुजाचं सामान', 'शाळापासून', 'वासरूची पूजा', 'कन्यादानचा फोटो' यासारखी रूपे सर्रासपणे धनगर समाजाच्या बोलण्यात आढळली.

मराठी लेखनात—विशेषत: साहित्य रचनेत इंदूरकरांनी पुण्या-मुंबईचा आदर्श पहिल्यापासूनच मानला. त्यामुळे मराठी वाङ्‌मयात इंदूरचे असे खास स्थान नाही. १९१५ मध्ये इंदूरला 'महाराष्ट्र साहित्य सभा' स्थापन झाली. ९ वे अखिल भारतीय मराठी साहित्य संमेलन १९१७ मध्ये श्री. जनार्दन आगाशे यांच्या अध्यक्षतेखाली झाले. त्यानंतर २० वे अखिल भारतीय मराठी साहित्य संमेलन १९३७ मध्ये भवानराव पंतप्रतिनिधी यांच्या अध्यक्षतेखाली साजरे झाले. १९८३ मध्ये इंदूरच्या महाराष्ट्र साहित्य सभेने 'मालविका' नावाचा विशेषांक काढला. या अंकात मराठी भाषेबद्दल एक निवेदन केले आहे. त्याची सुरुवात अशी :

'केवळ इंदूरात मराठी भाषिकांची संख्या जवळ-जवळ दोन लाख असूनही मराठी विषय घेणाऱ्या विद्यार्थ्यांची संख्या अतिशय झपाट्याने कमी होत आहे व त्याचा परिणाम म्हणजे मराठी विद्यार्थी आपल्या मातृभाषेतील अमोल साहित्यास आचवित आहे. अनेक मराठी प्राथमिक व माध्यमिक विद्यालये मराठी विद्यार्थ्यांच्या अभावी बंद पडत आहेत...अनेक उच्चतर माध्यमिक विद्यालयात मराठी विषय घेणारे अवघे ३ किंवा ४ विद्यार्थीच असतात...'

होळकर कॉलेज हे मराठी भाषकांचे कॉलेज-कॉलेजच्या मधल्या सुट्टीत मुख्य कचेरी व ग्रंथालयामध्ये विद्यार्थ्यांची जेथे जास्त ये-जा असते अशा ठिकाणी आम्ही बसलो. येणारे बहुतेक विद्यार्थी एकमेकात सफाईदारपणे हिंदीतून बोलत होते. दीड दिवसात तीस विद्यार्थी-विद्यार्थिनींच्या मुलाखती घेतल्या. त्यांना मराठी समजे पण बोलताना हिंदी व मराठीची अभावितपणे सरमिसळ होई. वरच्या वर्गातील मराठी मुले बाहेर हिंदी, शिक्षणात इंग्रजी व घरी कारणपरत्वे मराठी वापरताना आढळली. साहित्य सभेसारख्या संस्था मर्यादीत मराठी भाषकांच्या गरजा भागवितात. या लोकांची धडपड प्रशंसनीय आहे. पण सर्व मराठी समाजाला अल्पांशाने पूरक आहे. जुन्या मराठी वस्तीतील मराठी भाषक जेव्हा अन्य स्थळी जागेसाठी वास्तव्यास जातात तेव्हा मराठी ही संपर्क भाषा म्हणूनही फारशी वापरात येत नाही. भाषिकदृष्ट्या अशा मराठी कुटुंबात मराठी व हिंदी या दोनही भाषा आपोआप रुळू लागतात.

आजच्या बोलीभाषेची वैशिष्ट्ये हल्लीच्या इंदुरी मराठी लेखनातही आढळतात. लेखनाचे प्रतिनिधिक म्हणून 'इंदूर परस्पर सहकारी बँक लिमिटेड, इंदूर, ७४ वा वार्षिक वृत्तान्त (१९८४)', 'महाराष्ट्र शिक्षण प्रसारक मंडळ, इंदूर, २३ वा वार्षिक वृत्तांत (१९८३)', 'श्री गणेश मंडळ, इंदूर वृत्तान्त ४१ वा' (१९८३) असे नमुने घेतले. हे लेखन ललित साहित्य नव्हे; व्यावहारिक पातळीवरचे हे सामान्य लेखन.

जेव्हा एखादा भाषिक गट मूळ समाज सोडून अन्य देशी जाऊन स्थायिक होतो, तेव्हा त्या अल्पसंख्य गटातील स्वभाषेतील चलन-वलन आपोआपच सीमित स्वरूपाचे होते. परिणामत: नैसर्गिकपणे होणारे प्रधानभाषेतील बदल, तिचा कार्यविस्तार, शब्दनिधीमध्ये होणारी वाढ हे अल्पसंख्य भाषेत क्वचितच घडतात. आहे ती भाषा टिकवण्यातच अल्पसंख्य भाषक दंग होतात. कालांतराने मूळ प्रधानभाषेशी या भाषेची तुलना केली, तर तिच्यातील जुनेपण जाणवते. इंदुरी मराठी लेखनातही जुन्या ढंगाचे मराठी आढळते.

'बँकेच्या अमृतमहोत्सवाचा लौकिक उत्सव साजरा करण्यात यावा.'

'हा जिला माहीत आहे.' (जिल्हा)

'अनेकांचे परोक्ष-अपरोक्ष सहकार्य लाभले.' (प्रत्यक्ष व अप्रत्यक्ष)

'रु. ३१००० देणगी म्हणून प्राप्त झाले.' (मिळाले)

'जमीन धसल्याने फरशा निखळून खाली गेल्या होत्या.'

'शाळेचे फर्निचर सुव्यवस्थित नसल्याचे श्री. फासे यांनी ध्यानी आणून दिल्याने...'

'प्रतिमास पालकांना दिले जाते.'

'गत बारा वर्षांपासून...'

'अध्यक्ष कै. अशोक गंधे, लोकमान्य नगरातच राहत असल्याने त्यांचे मार्गदर्शन शाळेस सतत मृत्यूपर्यंत लाभले.'

'प्रसिद्ध ज्ञानविद श्री. चितळे यांच्या निधनाची वार्ता ज्ञात झाली असता संस्थेच्या संवेदना त्यांच्या परिवाराकडे पाठविल्या. ज्ञात झालेल्या वरील सभासदांच्या व अज्ञात सभासदांच्या निधनाबद्दल संस्थेने आपल्या शोक संवेदना व्यक्त केल्या.'

'होत असलेले काम आपल्या समक्ष (= डोळ्यांपुढे) आहेच.'

'यांचे सुश्राव्य गायन रसिक श्रोत्यांच्या प्रशंसेस पात्र ठरले आणि दुग्धपानानंतर त्यांनी तृप्तीची पावती दिली.'

'व्यायामासाठी यंत्रे (= उपकरणे) आणली.'

'विहीर निर्माण करण्याचा धाडशी निर्णय घेऊन...'

जुन्या मराठीत सहसा न आढळणारे काही शब्दप्रयोगही इंदुरी लेखनात आढळतात. हे प्रयोग या बोलीची खास निर्मिती मानावी लागेल. उदाहरणार्थ— 'वसूल न झालेल्या व्याजाची भर पडल्याने...' हा अर्थ व्यक्त करण्यास खास प्रयोग असा— 'बिन वसूल व्याज आणखी जोडले गेल्याने...' येथे 'बिन वसूल' ही रचना इंदुरी मराठीची. तसेच 'जोडले जाणे' याचा अर्थ 'भर पडणे.' हाही वापर खास इंदुरी मराठीचा. 'बदलीचे शिक्षक', 'बदलीचा कामगार' असे प्रयोग पुण्या-मुंबईच्या मराठीत होतात. इंदुरी मराठीत हा अर्थ वेगळ्या प्रयोगाने व्यक्त होतो. 'वर्गावर जाणाऱ्या ऐवजी शिक्षकांच्या दृष्टीने...' हेच वैशिष्ट्य पुढील वाक्यातील 'स्थायी' या विशेषणात आणि 'सामावणे' ऐवजी वापरलेल्या 'समावणे' या रूपात दिसते :

'स्थायी शिक्षकांना समावून घेण्याच्या अटीवर...'

हिंदीचा परिणाम अर्थातच मराठी लेखनावरही दिसतो. 'सहयोग देणे' (सहकार्य करणे), संवेदना प्रकट करणे (सहानुभूती व्यक्त करणे), निर्विरोध (अविरोध), निम्नामांकित संस्था (खालील संस्था), आचार्य (शिक्षक), अनुशासन (शिक्षा), संचालित करणे (आयोजन करणे), शोकसंतप्त परिवार (दुःखी कुटुंब), प्रस्ताव पारित करणे (प्रस्ताव समंत करणे) इत्यादी अनेक उदाहरणे या नमुनालेखनात आढळली. हिंदीमध्ये उत्तरयोगी ही वेगळा शब्द म्हणून लिहिण्याची प्रथा आहे.

उदाहरणार्थ— 'राम के लिए'मधले 'लिए.' इंदुरी मराठीतही मराठीतली उत्तरयोगी सुटी लिहिलेली आढळतात. 'मार्गदर्शना बद्दल', 'ते कमी करण्या करता', 'दोन कामे संस्थे पुढे होती', 'असेच सहकार्य या पुढेही मिळत जाईल', 'कबुतरा साठी.'

ललित साहित्यलेखनात— विशेषत: काव्यलेखनात— रविकिरण मंडळाची छाप अजूनही दिसते. संस्कृतप्रचुर शैली म्हणजे काव्यशैली असा समज दिसतो. इंदूरच्या साहित्य सभेने १९८१ मध्ये मध्य प्रदेशातील मराठी कवींच्या कवितांचा प्रातिनिधिक असा एक संग्रह 'मिलाफ येथे मळवाटांचा' अशा लांबलकचक व अपारदर्शी नावाखाली प्रसिद्ध केला. त्यातील काही नमुने लक्षणीय आहेत :

१. *नव्या प्रीतिची हिरवी किरणे*
मंद लहारिंचे झुळ्झुळु गाणे
सुवर्ण किरणांवरी शोभते आशांची द्वारका ।

२. *द्वैताचा तो कठीण नारळ फोडूनी टाकावा*
अद्वैताने शुद्ध मगच हा खवोनिया घ्यावा

३. *मा निषाद थांब व्याध, आवर बाण तू आधी,*
दु:ख देऊनी दुज्यास, शांति ना मिळे कधी.

४. *धिक्कार! धिक्कार!*
ऐशा घराला
संपत्ति लाभून
तिळ सौख्य नाही

५. *जनमना नमनास्पद शारदा*
परम ती, रमती तिचिया पदा
नतजना त्यजिना तमहारिणी
सकलदा कलहंसविराजिनी

पहिल्या आठ कवितांमधले हे पाच नमुने. यावरून काव्यशैलीची कल्पना यावी. एकंदर कविताही यशवंतांच्या कवितेप्रमाणे सामान्य विषयातून सर्वसामान्य तत्त्वज्ञान मांडणाऱ्या अशाच आहेत.

अल्पसंख्य भाषकांची स्वभाषेतील साहित्यनिर्मिती सामान्य प्रतीची का

होते, हा एक विचार करण्यासारखा प्रश्न आहे. याचे एक कारण कदाचित असे असेल की, या साहित्यनिर्मितीमागची प्रेरणा हौस ही असते; सभोवतालच्या जीवनाचे सम्यक् भान येऊन होणारे संवेदन ही ती नसते. दुसरे असे की, या साहित्यनिर्मितीमागे मूळ भाषेतील साहित्याचे अनुकरण करणे, अनुकरण करून त्याच्या प्रवाहाबरोबर राहणे, हेही एक कारण असते. पण याहून महत्त्वाचे कारण म्हणजे, अल्पसंख्याकांची भाषा ही जर नव्या वातावरणात मूळ धरू शकली नाही, तर साहित्यनिर्मितीची प्रक्रियाच कृतक या स्वरूपाचीच राहते. प्रधानभाषेत व्यवहार व मातृभाषेचे छोटे जग जगवणे या द्वंद्वात मातृभाषा ही परभाषेप्रमाणे संकुचित क्षेत्रातील वापरासाठी म्हणूनच राहते. स्वभाषिकांच्या समाजात राहून परभाषेत केलेली साहित्यनिर्मिती आणि अन्य प्रधान भाषिकांच्या प्रांतात स्थायिक होऊन स्वभाषेत केलेली साहित्यनिर्मिती यांची गुणवत्ता एकच असते. विसाव्या शतकातील भारतात राहून इंग्रजीत साहित्य निर्माण करणाऱ्या भारतीयांचे इंग्रजी साहित्य आणि मध्य प्रदेशसारख्या, बंगालसारख्या परप्रांतात राहून मराठीत साहित्य निर्माण करणाऱ्या मराठी भाषकांचे मराठी साहित्य यांत गुणवत्ता समान आहे, असे दिसते. मात्र मूळ भाषकांशी नित्य संपर्क ठेवण्याची साधने वाढली, तर गुणवत्ता सुधारते. तसेच जन्माने भारतीय वंश पण मातृभाषेने पूर्ण परकीय, अशा लेखकांचे साहित्य हे एरवीच्या साहित्याचा कस घेऊ शकते. इंग्लंड-अमेरिकेत पिढ्यान् पिढ्या स्थायिक झालेल्या भारतीयांच्या इंग्रजी साहित्याचा विचार केला, तर हे पटेल.

* * *

.४.

–०–

भोपाळ

इंदूरप्रमाणे भोपाळही हिंदी भाषक मध्य प्रदेशातले शहर. स्वातंत्र्यपूर्व काळात मुंबई राज्यात नोकरीच्या निमित्ताने अनेक मराठी भाषक बडोदा, सुरत, अहमदाबाद, इंदूर, भोपाळ अशा शहरांत आले आणि त्यातले काही तेथे कायमचे वास्तव्यास राहिले. इंदूर, बडोदा, तंजावर ही निदान ब्रिटिशपूर्व काळातही मराठी सरदारांची राज्ये होती. त्यामुळे मराठी कुटुंबे पेशवाईच्या काळातच तेथे वास्तव्याला आली होती. भोपाळचे तसे नव्हते. येथील बहुसंख्य मराठी भाषक ब्रिटिश राजवटीतच नोकरीनिमित्ताने येथे आले व राहिले.

भोपाळमधील मराठीचा अभ्यास करताना प्रामुख्याने अर्थक्षेत्रातील शब्दांवर भर होता. शब्दांचा वापर तपासण्यासाठी दहा भाषकांचे नमुने निवडले. मात्र मराठी भाषा, मराठी माणसे, महाराष्ट्र, हिंदी भाषा याविषयींचे दृष्टिकोन समजून घेण्यासाठी बऱ्याच मराठी भाषकांच्या मुलाखती घेतल्या.

दहांपैकी नऊ भाषक ५५ वयावरचे. ते १९५६ पासून मध्य प्रदेशात स्थायिक झाले. याचे कारण भाषावार प्रांतरचना १९५६ मध्ये झाली आणि आहे ती नोकरी करून मध्य प्रदेशातच राहायचे की महाराष्ट्रात परत जायचे, असे दोनच पर्याय नोकरदारांना होते. या भाषकांपैकी काहींचे शिक्षणही मध्य प्रदेशातील ग्वाल्हेर, कोटा येथे झालेले; तर काहींचे शिक्षण नागपूरमध्ये झालेले. त्यांचे आई-वडील, नातेवाईक हे मराठी भाषक. त्यांचे शालेय शिक्षण मराठी किंवा हिंदी माध्यमांच्या शाळांतून झालेले. त्यामुळे हिंदी शाळांतील यातले विद्यार्थी फक्त घरीच मराठी शिकले. मराठी शाळांतील विद्यार्थ्यांना मात्र मराठी हा विषयही होता. १९५६ मध्ये राज्यपुनर्रचना झाल्यावर मात्र हे सर्व भाषक हिंदी प्रधानभाषा असलेल्या समाजात अल्पसंख्य मराठी भाषक म्हणून राहिले.

नऊ भाषक घरी मराठी वापरतात, बाहेर हिंदी वापरतात. त्यांची मुले मात्र घरी मराठी व हिंदी दोन्ही वापरतात. त्यांची नातवंडे मराठीपेक्षा हिंदी जास्त आणि सफाईदारपणे वापरतात. या तिसऱ्या पिढीचे मराठी हळूहळू लुप्त होणार, अशी भीती नऊही भाषकांना वाटली. आमचा दहावा भाषक हा चौदा वर्षांचा शाळेत जाणारा मुलगा होता. त्याचे मराठी बऱ्याच प्रमाणात शाबूत होते याचे कारण, त्याचे आजोबा आणि बाबा मराठी भाषा टिकवण्याबाबत दक्ष होते.

नऊही मराठी भाषक सरकारी नोकर होते; एक अपवाद वगळता सेवानिवृत्त झालेले. दहावा भाषक विद्यार्थी इंग्रजी माध्यमाच्या शाळेत शिकत होता.

शब्द तपासण्यासाठी निवडलेले हे दहा भाषक उच्च मध्यम वर्गातले. दहांपैकी तीन स्त्रिया होत्या. आठ भाषक ब्राह्मण, तर दोन मराठा समाजाचे. सहा भाषक कोणत्या ना कोणत्या सामाजिक कार्य करणाऱ्या संस्थांशी संबंधित असणारे.

भोपाळमध्ये तात्या टोपेनगर, शास्त्रीनगर, बाराशे पन्नास, शहापुरा, सरकारी नोकरांची वसाहत असलेला टिन-शेड भाग, गौतमनगर, पंचशीलनगर आणि आंबेडकरनगर या भागांत प्रामुख्याने मराठी भाषक आढळतात. आंबेडकरनगरमधला भाषक हा मजूर होता. त्याच्या मराठीत अनेक हिंदी शब्द होते. हिंदी व मराठी यांचे मिश्रण त्याच्या बोलण्यात होते.

दहाही भाषकांचे नातेवाईक महाराष्ट्रात राहणारे– नागपूर, पुणे, मुंबई, संगमनेर, अकोला, नाशिक आणि जेजुरी या गावाचे. हे दहा भाषक महाराष्ट्रात नियमितपणे येतात, असे नाही. लग्न, समारंभ या निमित्ताने किंवा स्थलदर्शनासाठी क्वचित ते महाराष्ट्रात येतात. त्यामुळे फक्त मराठी भाषकांचे क्लब, संस्था वगैरे ठिकाणी गेल्यावरच मराठीत बोलण्याची संधी त्यांना मिळते. मराठी मासिके, वर्तमानपत्रे त्यांच्या वाचनात नव्हती.

एकूण सहा अर्थक्षेत्रांतले ७७५ शब्द या भाषकांबरोबर तपासले. यात स्वयंपाकघर व तेथील वस्तू (१५३ शब्द), घर व घराचे भाग, घरातील वस्तू (१३६ शब्द), रंगवाचक शब्द (३४), पाणी (१०५), दैनंदिन जीवनाशी संबंधित असे शब्द (१४६) आणि भावभावना (२०२ शब्द) असे शब्द होते. हे शब्द नाम, क्रियापद, विशेषण या जातीत मोडणारे.

हे शब्द तपासताना चार गोष्टींवर आम्ही लक्ष केंद्रित केले होते : १) मराठी भाषकाला तो शब्द परिचित आहे की नाही. २) त्या शब्दाचा अर्थ ते सांगू शकतात की नाही (स्पष्टीकरण करून किंवा वस्तू वगैरे दाखवून). ३) तो

शब्द ते स्वत: वापरतात, की त्यांना तो फक्त माहीत असून त्यांच्या वापरात तो नाही (सक्रिय शब्दनिधी विरुद्ध निष्क्रिय शब्दनिधी). ४) त्या शब्दाकरता ते हिंदी शब्द वापरतात किंवा कसे. भाषकाचा प्रतिसाद बुचकळ्यात टाकणारा वाटला, तर त्याला आम्ही जास्त प्रश्न विचारीत होतो. कधी कधी वेगवेगळ्या संदर्भात आम्ही स्वत: तो शब्द वापरून दाखवत होतो; हेतू हा की त्यांतला कोणता वापर परिचित आहे, हे भाषकाला समजावे. उदाहरणार्थ– 'आगाऊ' हा शब्द. मराठीत त्याचा अर्थ 'शिष्ट' असा होतो व 'एखाद्या गोष्टीपूर्वी' असाही होतो. म्हणून 'शेजाऱ्यांचा मुलगा स्वत:ला फार शहाणा समजतो. आगाऊ आहे नाही?' असा वापर भाषकाला माहीत आहे; की 'तू पुण्याला येण्यापूर्वी आम्हाला आगाऊ सूचना दे' असा वापर परिचित आहे, असे आम्ही विचारत होतो.

दहांपैकी एकाही भाषकाला माहीत नसलेले शब्द असे होते : दुरडी, शिंके, आहाळणे, पानाचा डेख, कोयंडा, मिश्रणाचा डबा, भरडा, वालपापडी, माठाची भाजी, तवकील, तुळई, तावदान, पटई, धस लागणे, लेंगा, पलंगपोस, गिर्दी, उदी रंग, करडा रंग, राखाडी रंग, (हिरवा) गर्द किंवा गार, मचूळ पाणी, (पाणी) शेंदणे, आच, पुंड, भापात असणे, कणखर, खत्रूड, अजेदुजे करणे, आगाऊ (शिष्ट या अर्थी), (भावना) घुसमटणे, भिरके येणे, भुरटा चोर, झुरी, बारव, जमीन धुपणे, एकेरी वाहतूक, रहदारी नियंत्रण, चिकचिकाट, तिवाठा, बसचा थांबा, दरपत्रक, ठिबकणे.

शब्दांच्या संख्येचा विचार केला, तर ४० वर्षांत ४ टक्के शब्द गमावले आहेत, असे म्हणता येईल.

यातील 'गिर्दी', 'दुरडी', 'पटई', 'तिवाठा' हे शब्द अर्वाचीन मराठीतही जुने झालेले शब्द या स्वरूपाचे आहेत. 'आहाळणे', 'कोयंडा', 'भरडा', 'शेंदणे' हे त्या-त्या अर्थक्षेत्रातील खास शब्द असून त्यांचा वापर अर्वाचीन मराठीतही मर्यादित आहे. 'अजेदुजे करणे', 'पुंड', 'भापात असणे', 'खत्रूड', 'आगाऊ', 'भिरके येणे' हे शब्द खास बोलीभाषेतच वापरले जातात; 'खत्रूड', 'भिरके येणे' हे व्रात्य शब्दही आहेत. मात्र 'डेख', 'माठाची भाजी', 'तुळई', 'लेंगा', 'मिश्रणाचा डबा', 'वालपापडी', 'तवकील', 'धस लागणे', 'उदी रंग', 'करडा रंग', 'राखाडी रंग', 'मचूळ पाणी', 'आच', 'घुसमटणे', 'कणखर' हे शब्द नित्य वापरातले आहेत. हे शब्द निवडलेल्या सहाही अर्थक्षेत्रांतले. त्यामुळे अल्पसंख्य भाषकांची अर्थक्षेत्रे कमी होऊन शब्दांचा ऱ्हास होतो, असे म्हणता येणार नाही. भाषेचा विस्तार म्हणजे नव्या अर्थक्षेत्रांची भर किंवा अर्थक्षेत्रातील शब्दांमध्ये

वाढ, असा एक समज आहे. भाषा-अध्यापनात शब्दसंपत्ती शिकवताना 'मूलभूत शब्दसंपत्ती' अशी एक संकल्पना वापरली जाते. ही मूलभूत शब्दसंपत्ती मूलभूत अर्थक्षेत्रांवर आधारलेली असते. तथापि, भाषा गमावताना मूलभूत शब्दसंपत्तीला प्रथम धक्का न लागता विस्तारित शब्दसंपत्तीला फक्त धक्का लागतो, असे वरील पुराव्यावरून म्हणणे अवघड आहे.

मराठी शब्दांऐवजी हिंदी शब्द वापरण्याची प्रवृत्ती पुढील शब्दांबाबत दिसली. कोयंडा - कुंडा, शिंके - छिका, वालपापडी - बालो, माठ (भाजी)- बथुआ, लेंगा - पाजामा, पलंगपोस - चादर, उदी (रंग) - भुरा, ठिबकणे - टपकना, धस - कोचा, तिवाठा - तिराहा, बारव - बावरी. विशिष्ट शब्दाऐवजी समावेशक शब्द वापरणे हे उपयोगाअभावी भाषा विसरत चालल्याची खूण आहे. त्यामुळे 'गिर्दी' या विशिष्ट शब्दाऐवजी सर्वसाधारण किंवा समावेशक असा 'उशी' हा शब्द वापरलेला आढळतो. त्याचप्रमाणे 'आहाळणे' ऐवजी 'घट्ट होणे', 'धस लागणे' ऐवजी 'फाटणे', 'तवकील' ऐवजी 'पीठ' किंवा 'कणखर' ऐवजी 'दृढ' हे ढोबळ शब्द वापरले जातात.

'एकेरी वाहतूक', 'बसचा थांबा', 'दरपत्रक' हे शब्द अर्वाचीन मराठीत नव्यानेच आलेले आहेत. अर्वाचीन मराठीची ही वाढ आहे. मूळ भाषिक समाजापासून तुटलेला अल्पसंख्य समाज अशा वाढीला नेहमीच मुकतो.

जवळजवळ ८० टक्के भाषकांना मराठीतले पुढील शब्द समजले नाहीत किंवा ओळखता आले नाहीत : ओगराळे, मुसळ, फडताळ, करवंटी, भरडणे, कोथिंबीर, हुलगे, कोंडा, छप्पर, माळा, कडीपाट, शेकारणे, कपडे हडकणे, (कापड) विटणे, कोपरी, शेवाळी (रंग), पाण्याचे थारोळे, पाण्याचा खडखडाट, हिम, गुलबक्षी (रंग), पारवा (रंग), थेंब, नदीचा तीर, सूर मारणे, जिवाचे पाणी होणे, पाण्यात पहाणे, धनादेश, उपाहारगृह, मंडई, गुऱ्हाळ, साखळी करणे, वळसा, माजघर, अंबाडी, चुका.

यांतील काही मराठी शब्दांना मराठी भाषक हिंदीतले शब्द वापरतात : फडताळ - अलमारी, मुसळ - मुसली, करवंटी - नरोटी, भरडणे - दरडना, कोथिंबीर - धनिया, छप्पर - छत, मंडई- मंडी (खरे म्हणजे मराठी मंडई हा मूळचा हिंदीचाच शब्द), शेकारणे- छावना, शेवाळी (रंग) - काई, माळा-ताण, वळसा-चक्कर.

'छत' याला 'छप्पर' म्हणणे, 'गुलबक्षी' रंगाला 'लाल' म्हणणे, 'गुऱ्हाळा'ला 'गिरणी' म्हणणे— ही उदाहरणे विशिष्ट शब्दाऐवजी ढोबळ शब्द वापरण्याची

आहेत. उलट 'धनादेश', 'उपाहारगृह' हे अर्वाचीन मराठीतले अलीकडचे वापर असल्याने भोपाळी मराठीत ते आढळत नाहीत. 'ओगराळे', 'फडताळ', 'कडीपाट', 'कोपरी', 'हडकणे' हे शब्द अर्वाचीन मराठीतही जुनाट झाले आहेत; म्हणून त्यांचा वापर दूरवरच्या भोपाळ मराठीत असेलच कसा? ते शब्द सर्वसामान्य वापरातलेच नसल्याने दूरवरच्या मराठीत त्यांचा शोध का घ्यावा? असे प्रश्न विचारणे शक्य आहे. पण हा दृष्टिकोन योग्य नाही. कारण सर्वसाधारणपणे वापरले जाणारे किंवा नेहमीच्या अर्थक्षेत्रात आवश्यक असणारे असे 'विटणे', 'थेंब', 'खडखडाट', 'तीर', 'साखळी करणे', 'वळसा', 'पाण्यात पहाणे' यांसारखे शब्द भोपाळी मराठीत का नाहीत, असा प्रतिप्रश्न विचारता येईल. म्हणजे शब्दांची वारंवारिता किंवा नित्य लागणारी अर्थक्षेत्रे यांच्यावर शब्दांचे टिकणे किंवा लुप्त होणे अवलंबून आहे, असे दिसत नाही.

आश्चर्य म्हणजे, प्रमाणेतर मराठीतले म्हणजे मराठीच्या बोलीतले काही शब्द भोपाळी मराठीत आढळले. उदाहरणार्थ, काहींच्या बोलण्यात 'कोथिंबीर' या शब्दाला 'सांबर' हा वऱ्हाडी बोलीतला शब्द होता. दोन भाषकांनी 'ओगराळे' याचे प्रमाणेतर असे 'वगराळे' रूप वापरले. एका भाषकाने 'विटणे' याला 'भुद्रट होणे' असा बोलीतला शब्द सांगितला.

वरील दोन्ही गटांतील शब्द हे शंभर ते ऐंशी टक्के भाषकांना माहीत नव्हते; म्हणजे ते लुप्त झाले आहेत किंवा होत आहेत. हिंदी पर्यायांनी मराठी शब्दांची जागा घेतली आहे. पण यानंतर दिलेले शब्द हे बऱ्यापैकी टिकून आहेत. याचे कारण निम्म्याहून कमी भाषकांनाच ते अपरिचित असे आहेत. ५० टक्के भाषकांना माहीत नसणारे शब्द असे : शेपू, नवलकोल, घेवडा, पावटा, टोकपदरी (लुगडे), पिठी, इरकली (लुगडे), खुंटी, बेरी, चाकवत, डिंगरी, तोंडली, दार, परसदार, झगा, झंपर, अंगरखा, पगडी, फेटा, रुमाल, जांभुळका (रंग), मिस्कील, आडदांड, अरेरावी, रगेल, रासवट, कोरडा, दीनवाणा, हांजी-हांजी करणे, पुढे पुढे करणे, अबोल, नाठाळ, अनुकंपा, ताठर, आदरातिथ्य, धुसफुसणे, पाशवी, आनंदाचे भरते येणे, भिडस्त, कुढा, पट्टेवाला, हजेरी, (पदार्थात घालतात ते) मोहन, पाणलोट (क्षेत्र), ओढा.

यांतील काही शब्दांना हिंदी पर्याय वापरात आहेत : हजेरी - हाजरी, नाठाळ - उंगा, हांजी-हांजी करणे - जी हुजूर करना, शेपू - सोया, मोहन - मोयन, नवलकोल-सलजम, घेवडा - बालोर, पुढे पुढे करणे- चापलुशी करना, अबोल- मनमुटाव.

'डिंगरी'ला हिंदी 'सेंग' हा ढोबळ शब्द वापरतात, तर 'दार'ला 'दरवाजा' हा समावेशक शब्द वापरतात. 'दीनवाणा' या शब्दाला जुना 'बापुडा' हा बोलीतला शब्द वापरलेला आढळला.

'पगडी', 'रुमाल', 'अंगरखा' हे शब्द त्या-त्या वस्तू मागे पडल्याने हरवले असे म्हटले, तर जुने नसलेले— किंबहुना अर्वाचीन मराठीत सर्रास वापरले जाणारे 'तोंडली', 'खुंटी', यांसारखे शब्द लुप्त होण्याच्या मार्गावर का असावेत? तसेच बोलीभाषेतील 'अरेरावी', 'नाठाळ' तर औपचारिक संभाषणातील संस्कृतप्रचुर 'अनुकंपा', 'आदरातिथ्य' हे शब्दही लोप का पावत आहेत? म्हणजे हे औपचारिक-अनौपचारिक शैलीभेद किंवा विशिष्ट अर्थक्षेत्रे ही शब्द लुप्त होण्यामागची कारणे दिसत नाहीत.

फक्त २५ ते ३० टक्के भाषकांना माहीत नाहीत – म्हणजे बहुसंख्य भाषकांना माहीत आहेत – असे शब्द पुढीलप्रमाणे : सांडपाणी, सडा, कोळी (कीटक या अर्थी), पिसू, धोतराचे पान, जाडेभरडे कापड, पाणवठा, (पाणी) झुळझुळ वाहणे, बंधारा, डोळ्यांतून पाणी काढणे (रडणे या अर्थी), अडेलतट्टू, पुळका, कुढणे, सोसणे, बोलेनासा होणे, धरणे, कारकून, रजा, बढती, सहकारी संस्था, संप, रहदारी, उपोषण, टाळेबंदी, चित्रपटगृह, ताकीद, आगगाडी, मधली सुट्टी (शाळेतली), किरकोळ रजा, टपरी, मिरवणूक, हमरस्ता, बोळ, खांब, रस्तारुंदी, खेचाखेची, हमरीतुमरी, गजबजलेला रस्ता, कापडाची गिरणी, भोसकाभोसकी, फुलपात्र, दालचिनी, निववणे, सोलणे, अळू, राखुंडी, कुंचा, कौल, चोळी, पैठणी, बुट्टी (शालूवरची), घडवंची, गडी, गढूळ (पाणी), जड (पाणी), आड, (पाण्याचा) पाट, पोहरा, मोट, आधण, तळ किंवा ठाव, बांध फुटणे, पाणउतारा करणे, पाणी मागणे (दमछाक झाल्याने), हातगाडी.

यांतील काही शब्दांना हिंदी पर्यायही वापरले जातात. ते असे : हातगाडी- ठेला, रजा - छुट्टी, संप- हडताल, आगगाडी- रेल (हा इंग्रजीतून हिंदीने घेतलेला), मधली सुट्टी- मध्यान, मिरवणूक- जुलूस, गल्ली- गोठ, अळू- आरवी, सोलणे- छिलना, निववणे- थंडा करणे, कौल- काविलू, कोळी- मकडी, घडवंची- तिपाई, जड (पाणी) भारी, टपरी- जुग्गी.

त्याचप्रमाणे काही शब्दांना इतर पर्यायही भोपाळमध्ये आढळले. कुंचा- झाडणी, गडी- नोकर, कालवा - (इंग्रजी शब्द) कॅनल, चित्रपटगृह - (इंग्रजी) सिनेमा थिएटर.

हे सर्व शब्द गाभ्याच्या शब्दनिधीच्या सीमेवरचे आहेत कारण २५ टक्के लोक ते विसरले आहेत. सर्वांना येणारे शब्द गाभ्याचा शब्दनिधी बनवतात. या २५ टक्क्यांमध्ये काही भाषक वयाने मोठे होतेच; पण १३ वर्षांच्या मुलाला यांतले जे शब्द माहीत नव्हते, ते विशेष महत्त्वाचे. कारण त्यातून तिसरी पिढी कोणते शब्द गमावते आहे, ते कळते. मुलाला माहीत नसणारे शब्द असे : कारकून, सहकारी संस्था, संप, उपोषण, हमरीतुमरी, कापडाची गिरणी, फुलपात्र, दालचिनी, निववणे, सोलणे, राखुंडी, चोळी, पैठणी, बुट्टी, घडवंची, गढूळ, आड, पोहरा, मोट, आधण, पाणउतारा करणे.

या गटातही केवळ शब्दांनी निर्देशित अशा वस्तू आज वापरात नाहीत म्हणून ते शब्द गेले, असे म्हणता येणार नाही. कारण 'जाते', 'उखळ' यांसारखे शब्द टिकले आहेत. 'विरजण', 'पंचपाळे' यांसारखे अर्थक्षेत्रातले विशिष्ट किंवा खोलातले शब्दही टिकून आहेत. हिंदी शब्दांमुळे मराठी शब्द जातात, असेही नव्हे. 'ढक्कनी' हा हिंदीत नेहमी वापरला जाणारा शब्द असूनही 'झाकण' शब्द का टिकावा? किंवा 'बटाटा' शब्द का टिकावा?

सर्व दहा भाषकांना माहीत असणारे शब्द पाहणे उद्‌बोधक ठरेल. अर्थक्षेत्रानुसार हे टिकलेले शब्द असे :

१) स्वयंपाकघर : भांडीकुंडी, जिन्नस, भाज्या :

वाटी, ताट, तांब्या, भांडे, पातेले, डाव, कढई, चमचा, पळी, उचटणे, चिमटा/उशी, तवा, पोळपाट, लाटणे, पाटा, वरवंटा, रवी, चाळणी, गाळणे, बरणी, सुरी, पंचपाळे, करंडा, हंडा, घागर, काठी, कोनाडा, खल, बत्ता, उखळ, बादली, घासणी, ताटली, तबक, निरंजन, ताम्हण.

कोबी, फ्लॉवर, बटाटा, कांदा, लसूण, मिरची, आले, तिखट, मीठ, मसाला, हळद, जिरे, हिंग, खोबरे, नारळ, लवंग, वेलदोडा, दही, दूध, लोणी, ताक, विरजण, तूप, घुसळणे, कढवणे, निवडणे, चिरणे, किसणे, उकडणे, उकळणे, तळणे, भाजणे, कुटणे, वाळवणे, लाटणे, गोडेतेल/शेंगदाणा तेल, वाफळवणे, दळणे, फोड, चहा, बेसन, रॉकेल, जाते, पान.

मेथी, कढीलिंब, चवळी, पालक, करडई, गवार, भेंडी, मुळा, सुरण, दाणे, साबुदाणा, हरबरा, हरबरा डाळ, तूर, तूरडाळ, वाल, मटकी, उडीद, उडीद डाळ, खसखस, रवा, तांदूळ, कणिक.

२) घर : घराचे भाग, फर्निचर, कपडे व इतर

खिडकी, कोपरा, छत, गच्ची, गॅलरी, ओटा, मोरी, गटार, बैठक, स्वयंपाकघर, खांब, रंग देणे, केर काढणे/झाडणे, केर, साफसफाई, बाग/बगीचा.

मुंगी, झुरळ, ढेकूण, डास, मुंगळा, ऊ, पाल, मांजर, कुत्रा, पोपट.

धुणे, पिळणे, वाळत घालणे, भिजवणे, शर्ट/सदरा, कॉलर, खिसा, बाही, शिवण, शिवणे, उसवणे, फाटणे, सुती, लोकर, रेशीम, जर, टोपी, धोतर, पॅन्ट, पायजमा, चड्डी, दुपटे, साडी, पातळ, लुगडे, परकर, शालू, शाल, पंचा, रुमाल, बोळा, पदर, काठ, गादी, उशी, पांघरूण, अंथरूण, गालिचा, सतरंजी, लोड.

तोरण, जमीन, दिवाण, पलंग, मच्छरदाणी, खुर्ची, टेबल, राख, मोलकरीण/भांडेवाली, मऊ.

३) रंग :

लाल/तांबडा, हिरवा, पोपटी, मोरपंखी, निळा, आकाशी, पिवळा, लिंबू, निळसर, काळपट, शुभ्र, लालसर, लालभडक, जांभळा, नारिंगी, गुलाबी, काळा, डाळिंबी, पांढरा, भडक, फिका/फिकट.

४) पाणी : पाणीपुरवठा, चव, पाऊस वगैरे.

पाणी, स्वच्छ, हलके, खारे, चवदार, ताजे, शिळे, साचलेले, संथ, प्रवाही/वाहते, प्रवाह, तळे, विहीर, नदी, काठ, धरण, कालवा, खोल, उथळ.

पाणी भरणे, पाणी देणे, पाणी पाजणे, थंड, गरम, गाळणे, माठ, समुद्र, लाट, किनारा, घाट, पूर, पाऊस, बर्फ, दुष्काळ, नळ, टँकर, पाऊसपाणी, धार, सर, धो-धो, झरा/निर्झर, हौद, डबके, धुणे, पुसणे, वाहणे, वाहून जाणे, बुडणे, डुंबणे, पोहणे, पूल, उडी मारणे, भोवरा, महापूर, प्रलय, सिंचन, वाफा, पाणी अडवणे, अश्रू/टिपे, ओल, तोंडचे पाणी पळणे.

५) रोजचे बाहेरचे जग : कामाचे ठिकाण, नोकरी, माणसे, रस्ते, सामाजिक वर्ग.

शिपाई, कचेरी, कार्यालय, वरिष्ठ अधिकारी, कनिष्ठ, सुट्टी, काम, साहेब/बॉस, कामाची वेळ, पदोन्नती, पदावनती, काढून टाकणे, नोकरी मिळणे,

नोकरी सुटणे, धंदा, व्यवसाय, भत्ता, महागाई भत्ता, पगारवाढ, कायम नोकरी, तात्पुरती नोकरी, तक्रार, अर्ज, नोटीस देणे, सूचना.

प्रदूषण, वाहन, बस, रिक्षा, टांगा, पायी चालणे, चहापाणी, डबा, सायकल, दुकान, बाजार, देऊळ, मशीद, चर्च.

रस्ता खणणे, डांबरी रस्ता, कच्चा रस्ता, खड्डे, घसरडा रस्ता, पायवाट, आरडाओरडा, मारामारी, भांडण, अपघात, दवाखाना, उपचार, ठार होणे, मोर्चा, रास्ता रोको, चक्का जाम, गल्ली, वळण, चौक, रस्ता ओलांडणे, रस्ता चुकणे, रस्ता विचारणे, देखभाल, मार्ग/वाट काढणे, वाट, गर्दी, दगडफेक, धावपळ, ट्रक/लॉरी, तिकीट.

(दुकान) बंद, खरेदी, विक्री, पगार, खिसा कापणे, सही ठोकणे, कर, विजेच्या तारा, पोस्टाची पेटी, नाका, नाकाबंदी.

६) भावभावना : वृत्ती, मनाचे गुण व दोष :

राग, प्रेम, लोभ, माया, कळवळा, दुःख, खिन्न, रडणे, मत्सर करणे, द्वेष करणे, आनंद, भरून येणे, गुदमरणे, कळा, तापट, रोखठोक, मनमोकळा, शृंगार, वीरभावना, वैर, शौर्य, चमत्कार, अजब, नवल वाटणे, आश्चर्य, पेटणे, भडकणे, शांत होणे, शांतता, समजूतदारपणा, काळजी, संताप, पर्वा, बेफिकीर, उदास, कठोर, क्रूर, निर्दय, दया, क्षमा, माफी, माफ करणे, रुसणे, लाड, लाडात येणे, चावट, खोडकर, गुंडगिरी, हट्टी, उद्धट, उद्धटपणा, डॅंबिस, (स्वभावाने) गरीब, भोळा/भाबडा, वेडपट, माथेफिरू, माजोरी, मग्रूर, मूर्ख, लबाड, आतल्या गाठीचा, विघ्नसंतोषी, पोटात दुखणे, काड्या घालणे, तेल ओतणे, मवाली, उडाणटप्पू, रंगेल, तुटकपणा, मायाळू, दयाळू, कडक, खोटारडा, हलक्या मनाचा, मस्का लावणे, भाव येणे, भानगडीचा, भानगड, गळेपडू, गळेकापू, विश्वास, विश्वासघात, शिष्ट, गर्विष्ठ, गर्व, अभिमान, अभिमानी, अहंकारी, उपकार, परोपकार, परोपकारी, सज्जन, मैत्री, मैत्रीपूर्ण, दुर्जन, बोलका, जाण/जाणीव, समज, बुद्धिमान, हुशार, चलाख, रड्या, कुरकुर, भुणभुण, गलिच्छ, घाणेरडा, सहानुभूती, नम्र, लेचापेचा, भरवसा, भरवशाचा, बेभरवशाचा, क्षुद्र, दुबळा, समर्थ, अडाणी, कपटी, मोहक, खानदानी, भिकार वृत्ती, चांगला, वाईट, बरा, हसरा, आतिथ्यशील, दुःख गिळणे, आपला, परका, भेदभाव करणे, समानता, बंधुभाव, स्वतंत्र, परतंत्र, खुशाल, दुसऱ्याच्या ओंजळीने पाणी पिणे, मर्यादशील, आदबशीर, वात्रट, वाह्यात, दुराचारी,

(भावना) कोंडणे, मनावर दगड ठेवणे, पश्चात्ताप, मन पालटणे, मन थाऱ्यावर नसणे, मनापासून, मन:पूर्वक, मानी, मानपान, मानापमान, मनमानी, बेबंद.

या सर्वेक्षणात फक्त १० भाषकांची शब्दसंपत्ती तपासली, हे खरे; पण शब्दांची संख्या मोठी होती– सुमारे ७७५ शब्द तपासले गेले. अधिक भाषकांची शब्दसंपत्ती तपासून फारसा फरक पडला नसता, कारण एवढ्या मोठ्या शब्दसंख्येत भाषकांमध्ये कमालीचे फरक असत नाहीत. दुसरे असे की, हे सर्व भाषक शहरात राहणारे; त्यांच्यात जात व लिंग यांत फरक आहेत, पण ते सर्व एका विशिष्ट सामाजिक वर्गातले होते. दहाही भाषक मध्यमवर्गीय होते. त्यामुळे परप्रांतातील मराठी भाषकांतील एका विशिष्ट वर्गाच्या भाषिक हलाखीबाबत या सर्वेक्षणातून उत्तम कल्पना येते. निवडलेली अर्थक्षेत्रे ही या वर्गाच्या दैनंदिन जीवनाशी संबंधित असल्याने येणारे निष्कर्ष अधिक मोलाचे ठरतात.

या ७७५ पैकी सुमारे १८६ शब्द १०० ते २५ टक्के लोकांना माहीत नाहीत. म्हणजे, गेल्या ५०-६० वर्षांत २३ टक्के शब्दांवर परप्रांतात राहण्याचा परिणाम झाला आहे, असे दिसते.

कोणत्या अर्थक्षेत्रातील शब्द अधिक गमावले आहेत व कोणत्या अर्थक्षेत्रातील शब्द कमी गमावले आहेत? 'पाणी' या अर्थक्षेत्रातील ३४ टक्के, 'रंग' या अर्थक्षेत्रातील ३२ टक्के, 'दैनंदिन जीवन' यातील २६ टक्के, 'स्वयंपाकघरा'तील २० टक्के, तर 'भावभावना'मधील फक्त १२ टक्के शब्द लुप्त झाले आहेत. भौतिक जगापेक्षा मनोविश्व हे भाषेबाबत अधिक पक्के असते, असे म्हणता येईल का?

वस्तू नाहीशा झाल्या की, त्यांचे शब्द लुप्त होतात किंवा शब्दांचा वापर कमी झाला की, ते लुप्त होतात किंवा शैली आणि परिस्थिती बदलली, तर शब्दांवर परिणाम होतो, असे म्हणता येणार नाही. या गोष्टींचा भाषेवर सर्वसाधारण परिणाम होतो; पण अल्पसंख्य भाषेतील शब्द घटण्यात त्यांचा वाटा नाही, असे दिसते. फक्त मूळ भाषेत निर्माण होणारे नवीन शब्द अल्पसंख्य भाषकांच्या भाषेपर्यंत पोचत नाहीत, एवढे निश्चितपणे दिसते.

प्रधानभाषेचा – म्हणजे भोपाळच्या बाबतीत हिंदीचा– परिणाम हे गौणभाषेचे महत्त्वाचे अंग असते. मराठी शब्दांची जागा हिंदी शब्दांनी घेणे, हा याचाच एक भाग. भोपाळी मराठीत हिंदी शब्द पर्याय म्हणून जास्त प्रमाणात येतात. म्हणजे, भाषकांना मराठी शब्द माहीत असतो, पण वापरात मात्र हिंदी शब्द येतो. म्हणजे, विशिष्ट मराठी शब्दनिधी प्रथम निष्क्रिय होतो.

'पैठणी'ला 'भारी साडी' म्हणणे किंवा 'डावा'ला 'चमचा' म्हणणे ही उदाहरणे मागे म्हटल्याप्रमाणे समावेशक शब्दाने विशिष्ट शब्द पोटात घेण्याची आहेत. अल्पसंख्य भाषकांच्या गौणभाषेत ही प्रवृत्ती प्रकर्षाने जाणवते.

जे ५८९ शब्द सर्व भाषकांना माहीत होते, त्यांबाबतही आम्हाला सापडलेले विशेष महत्त्वाचे आहेत. यातील 'स्वयंपाकघर' आणि 'घर' या अर्थक्षेत्रातील शब्दांना अनेक ठिकाणी हिंदी पर्याय उपलब्ध होते. याचे कारण शोधण्याचा प्रयत्न केल्यावर असे आढळले की, मराठी भाषकांच्या घरी धुणे-भांडी करणारी बाई किंवा केरवारे करणारी बाई किंवा वरचे काम करणारी बाई वा गडी हे हिंदी भाषक होते. या नोकरांशी बोलताना त्यांना समजतील असे शब्द वापरणे आवश्यक असते. 'घर' आणि 'स्वयंपाकघर' ही अर्थक्षेत्रे नोकरांशी संभाषण करताना जास्त वेळा बोलण्यात येणारी, म्हणून यांतील बऱ्याच शब्दांना मराठी भाषक— विशेषत: मराठी स्त्रिया— हिंदी शब्द वापरतात. त्याचप्रमाणे ज्या वस्तूंबाबत दुकानदार, फेरीवाले, गाडीवाले यांच्याशी व्यवहार करावा लागतो; त्या वस्तू-नावांनाही हिंदी पर्याय वापरले जात होते. असे पर्याय हे हळूहळू भोपाळ मराठीचे अंगभूत शब्द झालेले आढळतात. उदाहरणार्थ– भोपाळ मराठीत थैली (पिशवी), बेंगन (वांगी), कढीपत्ता (कढीलिंब), सिंदूर (कुंकू), तेज (महाग), घंटे (तास) असे शब्द सहजपणे वापरले जातात. हिंदी आणि मराठी या संस्कृतोद्भव असल्याने दोन्ही भाषांत समान शब्दही खूप आहेत. खरे म्हणजे, मराठी टिकून राहण्याचे कारण दोहोंतील भगिनी-संबंध हेही आहे. पारिभाषिक शब्द तयार करताना हिंदी व मराठी दोन्ही भाषा संस्कृतचा आश्रय घेतात, म्हणून त्यात साम्य येते. 'पदोन्नती', 'पदावनती' यांसारखे शब्द माहीत असण्याचे हे कारण आहे. 'प्रदूषण', 'कनिष्ठ', 'वरिष्ठ', 'अधिकारी', 'ग्राहक' हे शब्दही याच कारणाने भोपाळमधील मराठी भाषकांना माहीत आहेत.

या दहा भाषकांखेरीज ४५ मराठी कुटुंबांशी आम्ही अनौपचारिक गप्पागोष्टी केल्या. संभाषणाचे विषय त्यांना आवडतील असे होते. अनौपचारिक संभाषणाचा एक फायदा असा की, संभाषणाचा विषय तात्पुरता का होईना, फिरवता येतो किंवा बदलता येतो किंवा एखादा धागा पकडून आपल्याला हवे त्याबाबत दुसऱ्याला बोलते करता येते. मोकळेपणाने, समंजसपणे गप्पा तर मारायच्या; पण संधी मिळताच संशोधनाच्या दृष्टीने महत्त्वाच्या अशा मुद्द्याकडे वळायचे, असे भान सर्वेक्षण करताना आवश्यक असते.

झालेल्या संभाषणातून सर्वसाधारणपणे भोपाळचा मराठी भाषक समाज

हा बहुसंख्य हिंदी भाषक समाजात मिसळून गेला आहे, असे आढळले. मात्र, जुन्या पिढीला याबाबत खंत आहे.

समान दृष्टिकोन असणारी मंडळी एकत्र येऊन महाराष्ट्र मंडळे स्थापन करतात. मात्र या मंडळांचे सभासद हे वृद्ध किंवा प्रौढ या सदरात मोडणारे आहेत, असे आम्हाला दिसले. तरुण मुले-मुली क्वचितच सभासद म्हणून येतात. उच्च वर्गातील मराठी भाषकच महाराष्ट्र मंडळात सहभागी होतात. एका मराठा समाजातील मराठी भाषकाने आमच्याशी बोलताना काही गोष्टी ऐकवल्या, त्यावरून मंडळांबाबतची कल्पना यावी. या गृहस्थांचे आजोबा शिंदे सरकारबरोबर ग्वाल्हेरला आले. हे गृहस्थ ग्वाल्हेरमध्येच सेवानिवृत्त झाले. घरात त्यांची मुले, नातवंडे हिंदी व मराठी दोन्ही भाषा वापरतात. मूळ गाव संगमनेर, पण आता तेथे संपर्क नाही. ग्वाल्हेरात 'मराठी समाज' नावाचे मंडळ १९५६ मध्ये स्थापन झाले. त्याचे बहुसंख्य सभासद उच्चवर्णीय. या गृहस्थांना सभासदत्व देण्यासही नकार मिळाला असे ते म्हणाले. मध्य प्रदेशातच मराठी समाजाची स्थिती फारशी चांगली नाही; उलट, मराठी लोक एकमेकांना फारशी मदतही करीत नाहीत. एकोणिसाव्या शतकात ग्वाल्हेरमध्ये मराठे स्थायिक झाले, ते ग्वाल्हेरचे 'मराठी' लोक. सरकारी नोकरीनिमित्ताने पुढे नागपूर व वऱ्हाडचे ब्राह्मण ग्वाल्हेरात स्थायिक झाले. ग्वाल्हेरचा हा दुसरा 'मराठी' समाज. या दोन्ही समाजांत फारशी देवाण-घेवाण नाही. ग्वाल्हेरातल्या हिंदी भाषकांच्या लग्नाबाबत बोलताना 'ते लोक कच्चे खात नाहीत', असे हे गृहस्थ म्हणाले. वरण-भात म्हणजे 'कच्चे अन्न'— बहुधा शिजवलेले; तर पुऱ्या हे 'पक्के अन्न', म्हणजे तळलेले.

दुसरे एक गृहस्थ चिंदवडचे. ३७ वर्षे सरकारी नोकरी करून सेवानिवृत्त झालेले. त्यांचे शिक्षण हिंदी माध्यमातून. त्यामुळे घरात हिंदी किंवा हिंदीमिश्रित मराठी वापरतात. 'मी मराठीत बात करण्याची चेष्टा (प्रयत्न) करीन' असे म्हणाले.

एक सेवानिवृत्त उच्चवर्णीय बाई भेटल्या. त्यांचा मित्रपरिवार हिंदी भाषकांचा. सामाजिक कार्याची खूप हौस. पूर्वी 'मराठी मंडळा'त जात असत; पण रामदास नवमीला जेवताना सेक्रेटरींना जागा हवी म्हणून त्यांना पानावरून उठवले, तेव्हापासून बाई मराठी मंडळाकडे फिरकल्या नाहीत. सामाजिक कार्य करताना मराठी-अमराठी असा भेदभाव करणे त्यांना मान्य नाही. मराठी लोकांची संघटना बांधण्यापेक्षा महिला, कर्मचारी यांच्या संघटना बांधण्याची त्यांना आवड आहे.

भाषावार प्रांतरचनेत १९५६ पासून मध्य प्रदेशात नोकरीनिमित्त स्थायिक

झालेले एक मध्यमवर्गीय गृहस्थ भेटले. 'खाणं-पिणं' या मराठी शब्दाचा 'खाण-पिण' असा हिंदी ढंगाचा उच्चार ते करत होते. 'अलग', 'वापस', 'खुले' असे हिंदी शब्द त्यांच्या बोलण्यात खूप होते. त्यांच्या पत्नीला हिंदी अजिबात बोलता येत नव्हते, तर मुलांचे मराठी तोडके-मोडके होते. महाराष्ट्रीय समाजात का जाता, मुले का जातात, या प्रश्नांचे त्यांचे उत्तर लक्षणीय आहे. मराठी संस्कारासाठी मुले मंडळात जातात; भाषेसाठी नाही. मुलांना मराठी मुलींशीच लग्न करायचे आहे. जात, राहणी, रीतभात यांत त्यांना 'मराठीपण' जाणवते; भाषेत नव्हे. हिंदी भाषक 'मराठी' मुलींशी त्यांच्या मुलांनी लग्न केले तर चालेल. म्हणजे येथे धर्म, जात, रीत, पोशाख, अन्न या गोष्टी स्वतंत्र अस्मिता ठरवणाऱ्या; भाषेचे स्थान काठावरचे.

कनिष्ठ वर्ग आणि दलित हे राहण्याच्या जागेसाठी भोपाळात एकत्र आलेले दिसले. त्यांच्या भाषेत प्रमाणेतर मराठी व प्रमाणेतर हिंदी यांचे मिश्रण होते. या मराठी भाषकांचा उच्चवर्णीय मराठी भाषकांशी मुळीच संबंध येत नाही.

मात्र आपल्याला बहुसंख्य हिंदी समाज वेगळी वागणूक देतो, असे भोपाळमधल्या सर्वच मराठी समाजाला वाटते. आडनावे, घरातील टापटीप, घरापुढची सडा-रांगोळी यातून हिंदी भाषकांना मराठी भाषक ओळखता येतो. मात्र, स्वतःच्या समाजाचे लोक एकमेकांस मदत करत नाहीत, अशीही खंत भोपाळच्या मराठी समाजात आढळली. 'आपले लोक पाय ओढतात', हा मराठी स्वभावधर्म भोपाळातही टिकून आहे. भोपाळच्या मराठी समाजातले सामाजिक संघटन हे कौटुंबिक आचार-विचारांच्या सामर्थ्यावर आधारलेले आहे; भाषेवर नाही.

मुळात अकोल्याचे असलेले पण गेली ४० वर्षे भोपाळला असलेले एक ६४ वर्षांचे उच्चवर्णीय गृहस्थ भेटले. त्यांची मुले घरात क्वचित मराठी, पण जास्त करून हिंदी वापरतात. त्यांचे वाचन तर हिंदीपुरतेच मर्यादित आहे. सुमारे एक लाख मराठी भाषक भोपाळात असून मराठी मंडळाचे सभासद जेमतेम १५०० आहेत, असे ते म्हणाले. या सभासदांतही वृद्धांचा भरणा अधिक. महाराष्ट्र मंडळातला गणेशोत्सव आता मागे पडला आहे, असे ते म्हणाले. नाटकाला प्रेक्षकवर्ग इतका कमी येतो की, महाराष्ट्रातील मराठी नाटके आणून दाखविणे परवडत नाही. येथील मराठी समाज हळूहळू हिंदी भाषकांत पूर्णपणे मिसळून जाईल, असे त्यांना वाटत होते.

चौदा वर्षांच्या मराठी भाषकाच्या शब्दज्ञानावरून या मताला पुष्टी मिळते.

खास बोलीभाषेतले मराठी शब्द या भाषकाला मुळीच येत नव्हते. 'आच', 'पुंड', 'दीनवाणा', 'भापात असणे', 'आगाऊ', 'खत्रूड, 'घुसमटणे', 'भिरके येणे' हे ते शब्द.

* * *

. ५.

–०–

अहमदाबाद

अहमदाबादमध्ये राहणारे मराठी भाषक नोकरी-व्यवसायासाठी तेथे स्थायिक झालेले. काही चार-पाच पिढ्या, तर काही एक-दोन पिढ्या. अहमदाबादचे सर्वेक्षण करताना दोन उद्दिष्टे साध्य करायची होती. एक, मराठी भाषकांचा भाषिक विचार जाणून घ्यायचा होता म्हणजे, अहमदाबादच्या अल्पसंख्य मराठी भाषकांना मूळ महाराष्ट्रातील मराठी समाजाविषयी, तिथल्या मराठी भाषेविषयी काय वाटते, हे पाहायचे. तसेच अहमदाबादमधील त्यांच्या भोवतालच्या गुजराती भाषक बहुसंख्य समाजाविषयी त्यांना काय वाटते, त्यांना गुजराती भाषेविषयी काय वाटते, हेही पाहायचे. भाषाविषयक वृत्ती जाणून घेणे, हे एक महत्त्वाचे उद्दिष्ट. अहमदाबादच्या मराठी भाषकांना तेथील गुजराती समाज त्यांच्याकडे कोणत्या वृत्तीने पाहतो असे त्यांना वाटते किंवा ते महाराष्ट्रात आल्यावर महाराष्ट्रातील मराठी समाज त्यांच्या भाषेकडे, संस्कृतीकडे कसा पाहतो असे त्यांना वाटते, हेही या उद्दिष्टात सामावलेले होते. दुसरे उद्दिष्ट होते, त्यांचे मराठी आणि गुजराती या दोन भाषांवरील प्रभुत्व पाहण्याचे आणि सर्वसामान्यपणे त्यांचे मराठी व ते करत असलेला मराठीचा वापर यांचा शोध घेण्याचे.

भाषाविषयक वृत्ती तपासण्यासाठी एक प्रश्नावली तयार केली होती. ती या स्वरूपाची होती :

१) संपूर्ण नाव   जन्मदिनांक
स्त्री किंवा पुरुष
किती वर्षे अहमदाबादला आहात?
कोणत्या वर्षी अहमदाबादला आलात?
किती पिढ्या अहमदाबादमध्ये आहात?

प्रथम कोण, कोणत्या वर्षी अहमदाबादला आले?
घरात कोण कोण आहेत?

२) शिक्षण
शालेय : शाळेचे नाव गाव माध्यम
मराठी विषय म्हणून शिकवला जात असे का?
इतर कोणत्या भाषा शिकलात?
कोणत्या इयत्तेपासून आणि कितवीपर्यंत?
महाविद्यालयीन/विद्यापीठीय
महाविद्यालयाचे नाव गाव
किती वर्षे वर्ष
पदवी मिळवली? कोणती?
माध्यम मराठी विषय होता?
विषय म्हणून इतर कोणत्या भाषा होत्या?
उच्च शिक्षण
पदवीचे नाव माध्यम विद्यापीठ

३) मराठी कुठे शिकलात?
शाळेत? शिक्षक मराठी होते?
घरी?
घरी कोण कोण गुजराती बोलते?
तुम्हाला मराठी बोलता येते?
बोललेले समजते?
लिहिता येते?
वाचता येते?

४) मराठीचा वापर कुठे कुठे करता?
घरात बोलताना? प्रामुख्याने कुणाशी?
इतर नातेवाइकांकडे गेल्यास?
मराठी मित्र-मैत्रिणींशी बोलताना? किती आहेत?
व्यवसायात किंवा नोकरीत? कुणाशी बोलताना?

५) गुजराती शिकलात का?
कसे? ऐकून ऐकून?
शाळेत? किती वर्षे?
कोणत्या इयत्तेपासून कुठपर्यंत?
महाविद्यालयात? किती वर्षे?
गुजराती बोलता येते?
गुजराती बोललेले समजते? कोणाचेही?
गुजराती वाचता येते?
गुजराती लिहिता येते?

६) गुजरातीचा वापर कुठे कुठे करता?
घरी? कोणाशी बोलताना?
इतर नातेवाइकांकडे? कोणाशी बोलताना?
गुजराती भाषक मित्र-मैत्रिणी आहेत? किती?
त्यांच्याशी कोणत्या भाषेत बोलता?
त्यांना मराठी समजते? कितपत समजते?
व्यवसायात किंवा नोकरीत मराठी भाषक जास्त की गुजराती?
व्यवसायात किंवा नोकरीत कुणाशी गुजराती बोलता?
गुजराती आवडते का?

७) गुजराती भाषा वापरताना काय अडचणी येतात?
बोललेले पट्कन समजत नाही?
सोपे गुजरातीच समजते?
गुजराती व्याख्यान समजते?
गुजराती चित्रपट, नाटक समजते?
गुजराती चित्रपट, नाटक पाहता?

८) गुजराती बोलताना अवघडल्यासारखे वाटते?
चुका होतात, असे वाटते?
इतर गुजराती भाषक तुमच्या गुजरातीची चेष्टा करतात?
हसतात?

का त्यांना फरक वाटत नाही?
वाटतो, पण टिंगल करत नाहीत?

९) गुजराती लिहिताना त्रास होतो?
लिपी अवघड वाटते?
कोणती अक्षरे जास्त अवघड वाटतात?
गुजराती शब्दच आठवत नाहीत?
गुजराती लिहिताना मराठी शब्द मधेच येतात?

१०) गुजराती वाचताना त्रास होतो?
लिपी अवघड वाटते?
कोणती अक्षरे जास्त अवघड वाटतात?
काही गुजराती शब्द वाचताना अडतात?
गुजराती लिहिणे अवघड की वाचणे?
गुजराती काय वाचता?
वर्तमानपत्रे? मासिके? वाङ्मय?

११) गुजरातीचा परिणाम तुमच्या मराठीवर झाला आहे?
मराठी बिघडलंय?
महाराष्ट्रात गेल्यावर तसे जाणवते?
तिथले लोक तसे म्हणतात?
काय म्हणतात?
महाराष्ट्रात जाता? कधी? कुठे?
कुठे? तिथे कोण आहे?
इस्टेट वगैरे?

१२) तुमचे मराठी कमी-कमी होते आहे, असे वाटते?
संपूर्ण व्यवहार मराठीत करता येईल?
घरातसुद्धा?
तसे करायला आवडेल का?
तुम्ही स्वत: किंवा तुमच्या मुलाबाळांनी गुजराती भाषकाशी विवाह करणे

आवडेल?
का आवडेल?
का आवडणार नाही?
भाषेसाठी? रीतिरिवाजांसाठी?
पद्धतीसाठी? सवयीसाठी?

१३) गुजराती न आल्यास काय तोटे होतात?
मराठी येणारा माणूस जवळचा वाटतो का?
नातेवाइकांत मराठी न येणारे कोणी आहे?
त्याच्याविषयी काय वाटते?
मराठी न येणारे गुजराती भाषक परके वाटतात का?
तुम्ही मराठीत आणि दुसरा माणूस गुजरातीत, असा संवाद कधी घडतो का?
कुणाशी? किती वेळा?
गुजराती भाषकाशी गुजरातीऐवजी हिंदी किंवा इंग्रजीत बोलता?
कुणाशी? कधी? ते अधिक सोपे वाटते का?

१४) असे काही मराठी शब्द आहेत का, की ज्यांना तुम्हाला चटकन् पर्यायी गुजराती शब्द आठवत नाहीत? उदाहरणे द्या.

१५) मी आता काही गुजराती शब्द म्हणणार आहे. शब्द तुम्हाला माहीत असेल तर 'हो' म्हणा, माहीत नसेल तर 'नाही' म्हणा.
बोतडु, लावस, वाछेरी, वाघ, मरघडु, टउको, वेराण, ओझल, अबोटिया, खेस, छायल, बांधणी, वांस, चांदूलो, कयारो, खाखरो, वेढमी, उन्धियु, आंकाडाका, वाखरो, बेडु, जळवासी, साखी, मदनियु, वाछेरो, दर, खोळ, कांठलो, खड, मरायुं, पस्तानु, केडियु, चुंदडी, पट्कुळ, पोचां (अनेक वचन), अकोटी, बाब्री, खाखरी, धेबरुं/थेपलु, डब्का, फजेतो, गोखलो, ढोकवियु, वासिडुं, सांजी, मटुकी.

वरील गुजराती शब्द हे खास सांस्कृतिक महत्त्वाचे असे शब्द आहेत. मराठी भाषकाला गुजराती भाषेची कोणत्या प्रतीची जाण आहे, हे या शब्दांवरून ठरेल, असा विश्वास होता. मागे म्हटल्याप्रमाणे प्रश्नावलीतले प्रश्न आहेत तसे

विचारत जाणे शक्य नव्हते. भाषकाशी संवाद साधताना हे प्रश्न लक्षात घेऊन संभाषण करावे लागे. बहुतेक ठिकाणी एका संशोधकाने भाषकाला संभाषणात गुंतवायचे आणि दुसऱ्याने त्या आधारे प्रश्नावली भरायची, अशी पद्धत पाळली गेली. 'एस. एस. सी. नंतर अहमदाबादला नोकरी घेतली' असे म्हटल्यानंतर भाषकाच्या महाविद्यालयीन किंवा विद्यापीठीय शिक्षणाची चौकशी करणे वेडेपणाचे आहे. म्हणजे, तारतम्य वापरून प्रश्नावलीचा वापर करावा लागतो, हे उघड आहे.

अहमदाबादमधील मराठी भाषकांच्या घेतलेल्या मुलाखतींपैकी काही लक्षणीय आहेत.

गुजरातेत सहावी पिढी असलेले ७९ वर्षांचे एक गृहस्थ अहमदाबादला भेटले. घरात बहुतेक वेळा ते गुजरातीच वापरतात. त्यांच्या मुलाबाळांपैकी एकच मुलगी मराठी माध्यमाच्या शाळेत गेली. त्यामुळे तिच्याशीच ते मराठीत बोलू शकतात. त्यांना सचिवालयात नोकरी होती, त्यामुळे तिथे इंग्रजी वा हिंदी किंवा कधी गुजरातीत बोलावे लागे. मराठीचे औपचारिक शिक्षण नसल्याने त्यांना मराठी लिहिणे-वाचणे फार अवघड वाटते. काही नातेवाइकांना मराठी येते. त्यांना कधी ते मराठीतून पत्रे लिहितात; पण गुजराती अक्षरे वापरून! मराठीतील '-णार'युक्त क्रियापदे ते वर्तमानकाळासाठी वापरतात. 'गुजराती लोक जास्त मदत करणार', 'हिंदीमध्ये सांगितल्यावर समजणार.' हीच रूपे रीतीभूतकाळासाठीही ते वापरतात. 'पारडीला मी घरी काम करणार', 'मुलगी मराठी शाळेत मराठी बोलणार' — म्हणजे 'करायची', 'बोलायची' या अर्थी मराठी बोलताना ते हिंदी व गुजराती शब्द मुक्तपणे वापरतात. 'महाराष्ट्र गुजरातपासून जुदा झाल्यावर-', 'ही आमची छठी पेढी (सहावी पिढी)', 'असा चुस्तपणा राहिला नाही', 'माटीचं भांडं', 'खाना तयार करायचं साघन', 'शाकमध्ये टाकायचं असतंय्', 'ॲड्रेसची चोपडी दे' वगैरे. नामांचे विभक्तिप्रत्यय लावण्यापूर्वी होणारे सामान्यरूप ही मराठीची खास आणि अवघड अशी बाब. या गृहस्थांना तेथे हमखास अडचण येत होती. 'कवितामध्ये ते असते', 'गुजरात प्रांतमध्ये', 'सिंदेकडे हळदीकुंकूला', 'पोपटचे गळा', 'उंदीरचे निवासस्थान', 'भाषाचा प्रॉब्लेम नाही', 'मराठी समाजमध्ये संपर्क नाहीच', 'माझे मुलगीचे मुले गुजराती बोलतात'. महाराष्ट्राशी फारसा संपर्क नसल्याने म्हणा किंवा गुजरातमध्येच पिढ्यानूपिढ्या राहिल्याने त्यांना महाराष्ट्राचा अभिमान वगैरे वाटत नव्हता. अहमदाबादमधल्या मराठी लोकांशीही ते गुजरातीतच बोलतात. गुजराती समाजाविषयी त्यांचे मत चांगले होते; पण

गुजराती समाजाच्या धार्मिक व सामाजिक प्रथा किंवा अहमदाबादबाहेरच्या खेड्यांतील गुजराती समाज यांची त्यांना काहीही कल्पना नव्हती.

'माझ्या मैत्रीणकडे जाते', 'मंदिरजवळून' अशी समान्यरूपात फसगत होणाऱ्या, गेली तीस वर्षे अहमदाबादला राहणाऱ्या एक एम. एस्सी. झालेल्या पन्नाशीच्या बाई भेटल्या. त्यांचे मराठी बरे होते; पण तीस वर्षांत गुजराती मात्र त्यांना शिकायची गरज पडली नाही. नोकरी आणि परिचितांमध्ये त्या इंग्रजी व हिंदी वापरतात. 'वर्डस् का मीनिंग मालूम है क्या?', 'ही सेड जाता है', 'बहुत दोरे निकले हुए तो नो यूज, नो?' अशी वाक्ये त्या सरसकट वापरत. त्यांना मराठी माणूस आपला वाटत नाही, तर गुजराती माणूस परकाही वाटत नाही. त्यांना कोणत्याच भाषेचे प्रेम नव्हते आणि महाराष्ट्रात स्थायिक होण्याची इच्छाही नव्हती.

अठ्ठावन्न वयाच्या एक बाई भेटल्या. वयाच्या २० व्या वर्षी लग्न होऊन त्या मुंबईहून अहमदाबादला आल्या. त्यांची मुले गुजराती माध्यमाच्या शाळांतून शिकली. घरी मराठी वापरतात, पण मुले मात्र आपापसात गुजरातीत बोलतात. बाईंना गुजराती वाचता, लिहिता, बोलता येते. गुजरातीपेक्षा मराठी बोलतानाच त्यांना अवघडल्यासारखे होते. 'कोकीळनं दिलेला साद'सारखे सामान्यरूपाचे घोटाळे व हिंदी, गुजराती शब्दांचा 'मी घंटीवर (गिरणीवर) जाते' असा मिश्र वापर त्यांच्या मराठीत होता. त्यांच्या मुलीने गुजराती भाषकाशी विवाह केला आहे. त्यांना मराठी लोक आवडत नाहीत; कारण ते तुसडे आहेत, दुसऱ्यांना हिणवणे त्यांना आवडते. मराठी माणसांना आदरातिथ्य नसते, यामुळेच त्यांना व्यापार करणे जमत नाही. उलट, गुजराती लोक आतिथ्यशील असतात. त्यांना माणुसकी असते. त्यांच्याकडे व्यापार करण्याचे कसब आहे.

अहमदाबादमध्ये तीन पिढ्या असलेल्या कुटुंबामधील तिसऱ्या पिढीतील १६ वर्षांची अकरावीमध्ये शिकणारी एक मुलगी भेटली. तिच्या बहिणीने गुजराती भाषकाशी लग्न केलेले. तिला गुजराती भाषा फारशी आवडत नाही, मराठी आवडते. गुजराती लोक मोकळ्या स्वभावाचे नसतात, असे तिचे मत. ते इतरांत मन:पूर्वक मिसळत नाहीत. गुजराती मुलगा पुराणमतवादी नसेल, तर त्याच्याशी लग्न करायला तिची हरकत नाही. म्हणजे, भाषा हे नकाराचे कारण नाही. गुजराती भाषकाशी विवाह करण्यास कडवा विरोध होता, मालवाणी भाषक एका ३५ वर्षे वयाच्या बाईंचा. त्यांना गुजरात प्रांत आवडतो; गुजराती भाषा आवडत नाही. गुजराती लोक त्यांना सामावून घेत नाहीत, असे त्यांना वाटते. त्यांच्या

मुलाला तर गुजराती लोकांचा तिटकारा होता. दोघा मायलेकांना मराठी व महाराष्ट्राचा अभिमान. खाण्या-पिण्याच्या सवयी व वागणुकीच्या पद्धती यांतील फरकांमुळे दोघांनाही गुजराती भाषकाशी विवाह नापसंत आहे; अर्थात भाषा हे नापसंतीचे कारण नाही.

कुडाळला १९२४ मध्ये जन्मलेल्या एक बाई लग्नानंतर १९४५ पासून अहमदाबादला आल्या. त्यांना गुजराती व हिंदी येत नव्हते. सुरुवातीला भाजीवाल्यांशी त्या खुणा करून बोलत. पुढे ऐकून-ऐकून गुजराती येऊ लागले. आता लिहिता-वाचताही येते.

अशा अनेक मराठी भाषकांच्या मुलाखती आम्ही घेतल्या. मराठी वैचारिक क्षेत्रात बऱ्याचदा व्यक्तीच्या वैयक्तिक अनुभवावर सारी मदार असते. वैयक्तिक अनुभव हे सर्वसामान्य सिद्धांत मांडायची पूर्वतयारी म्हणून महत्त्वाचे असतात, यात शंका नाही. सामाजिक शास्त्रांतील सैद्धान्तिक मांडणीचा मूळ स्रोत हा वैयक्तिक अनुभवावरून बांधलेल्या आडाख्यातच असतो. पण वैयक्तिक अनुभवाचे सार म्हणजे सर्वसामान्य सिद्धान्त नव्हे, याचे भान अनेकदा सुटते. मराठीतील आत्मचरित्रे, गंभीर विषयावर एक-दोन प्रसंगांच्या आधारे दिलेली जाहीर व्याख्याने, वृत्तपत्रे आणि मासिके यांतील सामाजिक प्रश्नांवर होणारे लेखन ही याची उदाहरणे म्हणून दाखविता येतील. तात्पुरते अवलोकन व तात्पुरते निष्कर्ष इतपत विचाराला मराठीत शास्त्रीय प्रतिष्ठाही मिळते. वर दिलेले चार-पाच अनुभव शब्दसंभाराने फुलवून अहमदाबादच्या मराठी भाषकांबाबत उलट-सुलट निष्कर्ष शास्त्रीय सिद्धान्त म्हणून मांडणे शक्य आहे. सामाजिक भाषाविज्ञानातील सच्च्या संशोधकाला मात्र असे करता येणार नाही.

अनेक मुलाखती घेतल्यानंतर प्रथम त्यांची भाषकांनुसार वर्गवारी करावी लागते. नंतर विशिष्ट मत कोणी कितीदा मांडले, याची संख्या मोजावी लागते. परस्परांना विरोध करणाऱ्या मतांची कारणमीमांसा द्यावी लागते. संख्याशास्त्राच्या आधारे कोणत्या प्रवृत्ती प्रबळ आहेत आणि कोणत्या क्षीण आहेत, हे शोधावे लागते. त्यानंतर काढलेले निष्कर्ष हे अधिक शास्त्रशुद्ध आणि म्हणून खात्रीचे असे असतात.

अहमदाबादला एका महिन्याच्या अवधीत ८१ भाषकांचा संपूर्ण अभ्यास करता आला. या अभ्यासात त्यांची मराठी भाषा, गुजराती भाषा, कुटुंबाची माहिती, त्यांचा व्यवसाय, भाषा व संस्कृतीबाबतच्या त्यांच्या आवडी-निवडी यांचा अंतर्भाव होता. या ८१ मध्ये ३४ पुरुष (म्हणजे ४१ टक्के) व ४७

स्त्रिया (म्हणजे ५९ टक्के) होत्या. त्यांचे तीन विभाग पाडले. पहिल्या गटात १९३८ पूर्वी जन्मलेले वृद्ध. सर्वेक्षण १९९८ मधले असल्याने वृद्ध म्हणजे वयाच्या साठीवरचे लोक असे म्हणता येईल. १९३८ ते १९६८ या काळात जन्मलेल्यांचा म्हणजे ३१ ते ६० या वयांच्या भाषकांचा प्रौढ गट मानला. १९६८ ते १९९० पर्यंतचा— म्हणजे ३० व्या वर्षापर्यंतचा— गट तरुण असा मानला. पुरुषांत १३ वृद्ध, १४ प्रौढ व ७ तरुण होते; तर स्त्रियांमध्ये १५ वृद्ध, १९ प्रौढ किंवा मध्यमवयीन व १३ तरुणी होत्या. सर्वांत तरुण भाषक ११वी मधला १९८० मध्ये जन्मलेला मुलगा होता, तर सर्वांत वृद्ध भाषक १९१७ मध्ये जन्मलेली ८१ वर्षांची स्त्री होती. सर्व तरुण स्त्री-पुरुष शिकलेले होते. प्रौढ स्त्रियांमध्ये १२ स्त्रिया शिकलेल्या, तर २ फक्त साक्षर आणि पुरुषांत १६ पुरुष शिकलेले, तर फक्त ३ साक्षर. म्हणजे तरुण व प्रौढ वर्गात शिक्षणाच्या दृष्टीने स्त्री-पुरुषांत फारसा फरक नव्हता. वृद्ध पुरुषांमध्ये ८ शिकलेले, ४ साक्षर व १ निरक्षर; वृद्ध स्त्रियांत १ शिकलेली, १२ साक्षर व २ निरक्षर. म्हणजे वृद्ध भाषकांच्या गटामध्ये शिक्षणाबाबत स्त्री व पुरुषांत तफावत होती.

तरुण स्त्रियांमध्ये सर्वजणी बालपणापासूनच गुजरातमध्ये होत्या. मात्र दोघी जणींचा जन्म महाराष्ट्रातला, कारण आईचे बाळंतपण करणारे आजी-आजोबा महाराष्ट्रातले. पण त्या वाढल्या मात्र गुजरातमध्येच. मध्यमवयीन स्त्रियांत १९ पैकी ९ स्त्रिया जणी जन्मलेल्या व वाढलेल्या, ६ महाराष्ट्रात व ३ मध्य प्रदेशात. लग्नानंतर त्या गुजरातेत वास्तव्याला आल्या. १५ वृद्ध स्त्रियांपैकी ७ जणी गुजरातेत जन्मलेल्या व वाढलेल्या, लग्नानंतर गुजरातेत ८ जणी राहिलेल्या. म्हणजे परभाषक प्रांतात देशांतर करून राहण्याचे स्त्रियांमधले प्रमुख कारण विवाह हे आहे. एका अर्थाने हे सक्तीचे देशांतर – खरे म्हणजे प्रांतांतर – आहे.

तरुण पुरुषांत एकाचा अपवाद वगळता बाकी सर्व घरी मराठी शिकलेले होते; कारण ते इंग्रजी माध्यमाच्या शाळांतून शिकलेले, मराठी विषय नसलेले. गुजरातमधील मराठी माध्यमाच्या शाळांबाबत यावरून कल्पना यावी. भद्रमधील मराठी माध्यमाच्या एका खासगी शाळेला आणि मराठी माध्यमाच्या एका म्युनिसिपल शाळेला आम्ही भेट दिली. शाळेत विद्यार्थी कमी; बहुतेक कामगारवर्गातले. काही वेळा दोन वर्ग एकत्र करून एक शिक्षक दोघांना वेगवेगळे विषय शिकवत असे. मात्र, मराठी शाळेत नसूनही अनौपचारिक पद्धतीने मराठी शिकणारा मराठी समाज लेखन व वाचनही अनौपचारिक पद्धतीने शिकतो, हे विशेष आहे. ७

पैकी ५ तरुण भाषकांना मराठी श्रवण, भाषण, लेखन व वाचन ही चारही कौशल्ये अवगत होती. याचे कारण शाळेत मराठी नसले तरी हिंदी होते आणि त्यामुळे देवनागरी लिपी वापरणे अवघड नव्हते. तरुण स्त्रियांमध्ये सर्व १३ जणी मराठी घरीच अनौपचारिक पद्धतीने शिकल्या. सर्व तरुण भाषक घरी किंवा फार तर नातेवाइकांत मराठी वापरतात. नोकरी-धंद्यात इंग्रजी किंवा हिंदी वापरतात. प्रौढ भाषकांमध्ये १९ पैकी ७ स्त्रिया महाराष्ट्रात मराठी शाळा शिकूनच आलेल्या, तर १४ पैकी ८ पुरुष शाळेत मराठी शिकलेले होते. म्हणजे प्रौढ भाषकांत साधारणपणे ५० टक्के भाषक शाळेत मराठी शिकलेले. तरुण आणि प्रौढ भाषकात मराठी घरी किंवा शाळेत शिकण्याच्या प्रमाणात फारसा फरक नाही. पण प्रौढ पिढी घर, नातेवाईक आणि मित्र या तीन क्षेत्रांत मराठी वापरते; तर तरुण पिढी फक्त घर आणि नातेवाईक येथेच मराठी वापरते. मित्र-परिवारात ही पिढी हिंदी किंवा इंग्रजी वापरते. म्हणजे, तरुण पिढीत मराठीच्या वापराचे एक क्षेत्र कमी झालेले दिसते.

वृद्ध भाषकांतही फारसा फरक नाही. १५ वृद्ध स्त्रियांपैकी ८ जणी मराठी शाळेत शिकल्या व ७ जणी घरी शिकल्या. १३ वृद्ध पुरुषांत ५ जण मराठी शाळेत शिकले; मात्र फक्त एकच पुरुष मराठी माध्यमाच्या शाळेत शिकला, तर आठही स्त्रिया मराठी माध्यमाच्या शाळेत होत्या— प्रामुख्याने बडोद्याच्या. भाषिक घर, नातेवाईक व मित्र या ठिकाणीच मराठी वापरतात.

सन १९३८ पर्यंत— म्हणजे वृद्ध पिढीत— बायका मराठी माध्यमाच्या शाळांत शिकत होत्या, तर पुरुष गुजराती माध्यमाच्या शाळेत जाऊन मराठी हा एक विषय म्हणून शिकत होते. मात्र, प्रौढ स्त्रियांत म्हणजे १९६८ पर्यंत मराठी माध्यमाकडचा ओढा टिकलेला नाही. त्याही गुजराती माध्यमाकडे वळलेल्या दिसतात. वृद्ध व प्रौढ पुरुषांत मातृभाषेतून शिक्षण या पर्यायाला महत्त्व नाही. बहुसंख्याकांची प्रधानभाषा स्वीकारण्याची वृत्ती येथे दिसते. व्यवहारापोटी शिक्षणामध्ये मातृभाषेचा हट्ट अल्पसंख्य मराठी भाषक धरत नाहीत. १९६७ नंतरची पिढी तर मराठी माध्यमाच्या शाळांकडे फिरकतही नाही. ही पिढी गुजराती वा इंग्रजी माध्यमाच्या शाळेत जाणे पसंत करते.

याचा अर्थ मराठी भाषकांनी मराठी सोडली, असा मात्र नाही. अजिबात मराठी न येणारा महाराष्ट्रीय भाषक आम्हाला कुठे आढळला नाही. शाळेत नसले, तरी घरी मराठी शिकणारे भाषक आहेत. भाषा-संपादनात कुटुंब या संस्थेचा वाटा महत्त्वाचा आहे. अहिराणी व कोशी मातृभाषा असलेल्या दोन

कुटुंबांतही मराठी वापरले जात होते. एकूण ८१ पैकी ६९ द्विभाषक होते आणि त्यांना मराठी येत होते. केवळ ऐकता-बोलताच नव्हे, तर लिहिता-वाचताही. गुजरातीचा स्वीकार करताना मराठीचा अव्हेर झाला दिसत नाही.

गुजराती भाषेबाबत मराठी भाषकांची स्थिती काय आहे? एकूण २० तरुण भाषकांतील ११ जण गुजराती माध्यमाच्या शाळेत गेलेले, ८ भाषक इंग्रजी माध्यमाच्या शाळेत गेलेले, तर फक्त १ भाषक अहमदाबादच्या मराठी माध्यमाच्या शाळेत शिकलेला. पण या सर्व भाषकांना मराठी व गुजराती दोन्ही भाषा लेखन-वाचन कौशल्यांसह येतात; गुजराती जरा जास्त चांगले येते. सामाजिक भाषाविज्ञानात स्थलांतरित लोकांची भाषा टिकते की जाते, हा एक कुतूहलाचा विषय आहे. दोन्ही पक्ष घेणारे लोक आहेत. भारतात मात्र स्थलांतरित समाज हे स्वत:ची भाषा टिकवतात आणि प्रधानभाषाही शिकतात; ते द्विभाषक होतात. भारतातील व्यक्तींच्या बहुभाषिकत्वाच्या मागे हे एक महत्त्वाचे कारण आहे.

मात्र, या द्विभाषकांच्या वापरांची क्षेत्रे स्वतंत्र आहेत. अहमदाबादेतील मराठी भाषक घरी प्रामुख्याने मराठी वापरतात. नातेवाइकांतही प्रामुख्याने मराठी वापरतात. दोनच तरुण पुरुष भाषकांनी नातेवाइकांत गुजराती वापरत असल्याचे म्हटले.

यांतील २० पैकी १७ भाषकांना गुजराती मित्र-मैत्रिणी आहेत व त्यांच्याशी ते गुजरातीत बोलतात. पण अनेकदा हे संभाषण गुजराती, हिंदी व इंग्रजी अशा तीन भाषांच्या मिश्रणानेही होते. ६ तरुण मराठी भाषकांनी आपल्या गुजराती मित्र-मैत्रिणींना मराठी समजते असे सांगितले, तर ६ भाषकांनी त्यांना मराठी समजत नाही, असेही सांगितले; २० तरुण मराठी भाषकांपैकी १५ भाषकांना गुजराती आवडते, तर फक्त ४ भाषकांना गुजराती आवडत नाही. एकाला याबाबत मत नव्हते.

मध्यमवयीन सर्व १४ पुरुष भाषकांना गुजरातींची चारही कौशल्ये– श्रवण, भाषण, वाचन, लेखन– येतात. त्याचे कारण ते शाळेत गुजराती माध्यम किंवा विषय म्हणून शिकले. उलट, १९ मध्यमवयीन स्त्रियांतील फक्त १० जणीच गुजरातेत शिकल्याने त्यांना सर्व कौशल्ये येतात. मात्र, ९ स्त्रिया लग्नानंतर बाहेरून– प्रामुख्याने महाराष्ट्रातून– गुजरातमध्ये आल्याने त्यांना गुजराती लिहिता-वाचता येत नाही. सुशिक्षित भाषक स्थलांतराने प्रधानभाषेत निरक्षर असू शकतात, ते असे. पण एकूण ३३ मध्यमवयीन मराठी भाषकांपैकी २४ म्हणजे

७२ टक्के भाषक शाळेमुळे गुजराती शिकले. शालेय शिक्षणातील प्रांतिक भाषेचे महत्त्व यातून स्पष्ट व्हावे. महाराष्ट्रातील कॉन्व्हेंट इंग्रजी शाळांतील— विशेषत: मुंबईतील— मराठीला होणारा विरोध हा अंतिमत: सामाजिक संप्रेषणास आणि म्हणून एकसंधतेस मारक आहे, हेही लक्षात यायला हरकत नाही.

प्रौढ मराठी भाषकांतील ४ जण घरी गुजरातीही वापरतात. ३३ पैकी ५ प्रौढ भाषक नातेवाइकांतही गुजराती वापरतात. मात्र ३३ पैकी २६ भाषक मित्र-मैत्रिणींत गुजराती वापरतात. म्हणजे तरुणांत किंवा प्रौढांत गुजराती मित्र-मैत्रिणींत गुजराती वापरण्याचे प्रमाण सामान्यपणे समान आहे. गुजराती आवडण्याचे प्रमाणही समान आहे. व्यवसायात किंवा नोकरीत गुजरातीऐवजी हिंदी वा इंग्रजीचा वापर वाढताना दिसतो.

एकूण २८ वृद्ध भाषकांपैकी १४ भाषक— म्हणजे ५० टक्के— शाळेत गुजराती शिकले. १३ पुरुष भाषकांतील एकही जण गुजरातमधल्या मराठी माध्यमाच्या शाळेत गेला नाही. ७ गुजराती माध्यमाचे, १ इंग्रजी माध्यमाचा, ४ महाराष्ट्रातील मराठी माध्यमाचे, तर १ निरक्षर. मात्र १५ वृद्ध स्त्रियांतील फक्त ७ जणी गुजराती माध्यमाच्या शाळेत गेल्या. म्हणजे वृद्धांमध्ये पुरुष हे सर्वसामान्य शैक्षणिक प्रवाहात जाणारे, तर स्त्रिया स्वत:साठी वेगळी व्यवस्था पसंत करणाऱ्या. यांतील मराठी माध्यमातील शाळांत शिकवलेले गुजराती टिकलेले दिसत नाही; संपर्कातूनच गुजराती शिकल्याचे जास्त स्त्रियांनी सांगितले. अल्पभाषकांच्या शाळांतील प्रधानभाषेच्या शिक्षणाचे काय होते, हे यावरून कळावे. म्हणजे, सामाजिक संप्रेषणाला प्रधानभाषा-अध्ययनाची केवळ शैक्षणिक तरतूद पुरेशी नाही; सामाजिक देवाण-घेवाणीकडे प्रधानभाषेला स्थान असणे जास्त महत्त्वाचे आहे. १३ पैकी १२ वृद्ध पुरुषांना गुजराती लेखन-वाचन येते, तर १५ पैकी १० वृद्ध स्त्रियांना. गुजराती भाषकांत घरी व नातेवाईकात गुजरातीचा वापर फारच कमी आढळला. ९ स्त्रिया व ९ पुरुषांनी गुजराती आवडते, असे सांगितले. म्हणजे, एकूण ६८ टक्के भाषकांना गुजराती आवडते.

एकंदरीने पाहता, शाळेत औपचारिक पद्धतीने ५७ मराठी भाषक गुजराती शिकले; २३ भाषक अनौपचारिक रीतीने ऐकून-ऐकून गुजराती शिकले, फक्त १ भाषक अहमदाबादेत राहूनही गुजरातीपासून दूर राहिला. वृद्धांमध्ये शाळेत गुजराती शिकण्याचे प्रमाण ५० टक्के होते, प्रौढांत ते ७० टक्के होते, तर तरुणांत ते १०० टक्के होते. गुजरातीचे शिक्षणविषयक धोरण आणि दीर्घ काळ गुजरातेत वास्तव्य या दोन कारणांनी हे प्रमाण वाढलेले दिसले. ८४ टक्के पुरुष

आणि ७४ टक्के स्त्रियांना गुजरातीची चारही कौशल्ये येतात– म्हणजे एकंदर हे प्रमाण ७९ टक्के एवढे होते. ८० टक्के भाषक घरात गुजराती वापरत नाहीत किंवा नातेवाइकांतही गुजराती वापरत नाहीत. गुजराती भाषक मित्र-मैत्रिणी व बाहेरचा व्यवहार येथे गुजराती वापरले जाते.

तरुण भाषकांत कुणालाही गुजराती वापरण्यात अडचण येत नाही; मात्र तिघांनी बोलीभाषेतले गुजराती व खेडेगावच्या लोकांचे गुजराती समजत नाही, असे म्हटले. २० तरुण भाषकांपैकी १७ जणांना गुजराती व्याख्यान, चित्रपट, नाटक समजण्यात अडचण येत नाही. मात्र ६ तरुण भाषकच गुजराती नाटक, चित्रपट पाहतात. काहींना गुजराती नाटक, सिनेमा आवडत नाही. २० पैकी १८ तरुण भाषकांना गुजराती भाषकांशी सहजपणे गुजरातीत बोलता येते. १३ भाषकांनी तर आपल्या गुजरातीबाबत कोणाही गुजराती भाषकाने कधीच काही तक्रार न केल्याचे सांगितले. सर्वांना गुजराती भाषक भाषेच्या बाबत फार उदार वृत्तीचे वाटले; ते इतरांच्या गुजरातीला हसत नाहीत. २० पैकी १५ तरुण भाषक गुजराती वृत्तपत्रे व मासिके वाचतात; पण फक्त पाच जणच वाङ्मय वाचतात.

३३ पैकी ३० प्रौढ मराठी भाषकांनाही गुजराती वापरण्यात काहीही अडचण येत नाही. त्यांना गुजराती व्याख्यानेही समजतात. मात्र, १७ प्रौढ भाषकांना गुजराती चित्रपट, नाटक पाहायला आवडत नाही.

२८ पैकी २३ वृद्ध भाषकांना गुजराती वापरण्यात काही अडचण येत नाही. काठेवाडी गुजराती मात्र समजत नाही, असे दोन वृद्ध स्त्रिया म्हणाल्या; तर एकीला फक्त सोपे गुजरातीच समजते. शाळेत न गेलेल्या दोन स्त्रियांखेरीज बाकी सर्वांना गुजराती व्याख्यान समजते. २८ पैकी २६ वृद्धांना गुजराती सिनेमा-नाटके समजतात व २२ जण ती पाहतातही. मात्र, फक्त ४ पुरुष व ३ स्त्रिया गुजराती नाटकांच्या वाचक आहेत. म्हणजे समजत असले, तरी वाचनाचे प्रमाण कमी आहे.

गुजराती वापरण्यात २८ पैकी २३ वृद्धांना अडचण येत नाही. २६ वृद्धांना गुजराती समाज भाषेबाबत उदार मनोवृत्तीचा वाटतो. आपल्या गुजरातीची चेष्टा होणे किंवा तिला हसणे, हे प्रकार २ वृद्ध सोडले तर कुणाच्याही वाट्याला आले नाहीत. याचा अर्थ, आपल्या गुजरातीतला फरकच गुजराती भाषकांना जाणवत नाही, असे नाही. ८ पुरुष व ८ स्त्रियांना आपले गुजराती वेगळे असल्याची जाणीव आहे. बोलण्याची ढब हे फरक पडण्याचे प्रमुख कारण

म्हणून सांगितले गेले.

गुजराती लेखनात १० वृद्ध पुरुष सराईत होते, तर फक्त ७ वृद्ध स्त्रिया गुजरातीत लिहू शकतात. लेखनात स्त्रियांचे प्रमाण निम्म्याने कमी आहे. २८ पैकी २४ वृद्धांना गुजराती वाचता येते आणि बहुसंख्यांचे वाचन वर्तमानपत्रांपलीकडे जात नाही. फक्त १० वृद्धच गुजराती वाङ्मय वाचतात.

गुजराती अंगवळणी पडणे, गुजरातीचा वापर व्यवहारात आवश्यक अशा ठिकाणी सफाईने करता येणे, वृत्तपत्रे व चित्रपट यांतले नित्याचे गुजराती समजणे यांत मराठी भाषक खूपच प्रवीण आहेत. मात्र, भाषाक्षमतेचा कस जिथे लागतो, त्या वाङ्मयाच्या वाटेला ते फारसे जात नाहीत; त्यांना गुजराती फारसे वाङ्मय आवडतही नाही. गुजराती संस्कृतीच्या गाभ्यापासून या अर्थाने मराठी भाषकांचा समाज दूर आहे. गुजराती भाषकांची मराठी भाषकांच्या गुजरातीबाबतची वृत्ती लक्षणीय आहे. ते अल्पसंख्य मराठी भाषकांच्या गुजरातीचा अधिक्षेप करत नाहीत. यामुळेच की काय, मराठी भाषकांचे गुजराती समाजाविषयी मत चांगले आहे. 'मला गुजराती लोकच आवडतात, इथेच राहायला आवडते. मराठी लोक लुच्चे असतात', असे एका वृद्ध स्त्रीचे मत या दृष्टीने महत्त्वाचे आहे.

गुजराती भाषा आणि समाजाविषयीची मराठी भाषकांची काही वक्तव्ये चिंतनीय आहेत. गुजरातमध्ये राहतो म्हणून गुजराती आवडते, असे साधे व्यवहारी उत्तर एका तरुण मुलाने दिले. दुसऱ्या एका तरुण मुलाने आपण गुजराती गाणे म्हणतो, असे सांगितले. गुजराती लोकांना तो मराठी आहे असे मुळी ओळखूसुद्धा येत नाही. मात्र गुजराती नाटक, सिनेमा यांचा दर्जा त्याला सामान्य वाटतो. हॉटेल मॅनेजमेंट हा व्यवसाय करणाऱ्या तरुणाला पुण्याला बरेच दिवस राहिल्यावर गुजराती बोलावेसे वाटते. त्याला पुण्याचे व्यवसायबंधू संकुचित वृत्तीचे वाटतात. उलट, गुजराती व्यावसायिक मित्रत्वाच्या भावनेने वागताना आढळतात. आपल्या गुजरातीला गुजराती लोक हसणे तर सोडाच, पण मानतात, असे अहमदाबादमध्ये जन्मापासून वाढलेल्या एका मुलीने म्हटले. त्यांना तिचे गुजराती जास्त शुद्ध वाटते व त्यामुळे ते बिचकून असतात. गुजराती व्याख्यान समजते का? या प्रश्नाला दोन मध्यमवयीन भाषकांनी 'नुसते समजतच नाही, व्याख्यान देऊही शकतो', अशी पुस्ती जोडली. एका मध्यमवयीन भाषकाने काठेवाडी गुजराती जास्त गोड व संपन्न अशी बोली असून अहमदाबादची गुजराती ही तशी कामचलाऊ गुजरातीच आहे, असे सांगितले. एका प्रौढ स्त्रीने गुजराती व्याख्यान समजते; पण गुजराती 'डायरो' (कीर्तनासारखा एक प्रकार)

कळत नाही, म्हणून खंत व्यक्त केली. गुजराती लिहिताना शब्दांवर मराठीसारख्या रेघा येतात, असेही तिने सांगितले. महाराष्ट्रात वाढलेल्या एका डॉक्टरबाईंना गुजराती लेखन हे व्यवसायापोटी करावे लागते— पेशंटसाठी. त्यामुळे काही ठरावीक, नेहमी लागणारी वाक्ये तेवढी त्या गुजरातीमधून लिहू शकतात. समाजात वावरताना भाषेचे कुठले कौशल्य कधी महत्त्वाचे ठरेल, याचा भरवसा नसतो; पण माणसे व्यवहारापोटी ते शिकतात. महाराष्ट्रात वाढलेल्या पण अहमदाबादमध्ये नोकरी करणाऱ्या दोन स्त्रियांना उलट गुजराती लेखन व वाचन टाळून राहता येते. सुशिक्षित, नोकरी करणाऱ्या एका प्रौढ महिलेचे गुजराती इतके वाईट की, तिच्या मुलीच तिच्या गुजरातीला हसतात. गुजराती लोक आपण बोललो की हसतात, असे सांगणारी ही एक भाषक होती.

बालपण मुंबईत गेलेल्या एका प्रौढ स्त्रीला गुजराती लोक चांगले वाटतात. ते आदरातिथ्य करणारे लोक आहेत, मराठी माणसांसारखे तुसडे नाहीत, असे तिचे म्हणणे. त्यांना माणुसकीही जास्त आहे, असे तिला वाटते. एका वृद्ध स्त्रीला गुजराती आवडते, पण मराठी जास्त जोरकस अशी भाषा वाटते. खांडेकरांच्या 'ययाती'चे गुजराती भाषांतर तिला अजिबात आवडले नाही. अहमदाबादमध्येच जन्मलेल्या आणि वाढलेल्या ६६ वर्षांच्या एका स्त्रीला गुजराती भाषा अतिप्रिय वाटते. मराठी माणसे भांडणं जास्त करतात, असेही तिला वाटते. मात्र मराठी मुली गुणी असतात, म्हणूनच तिच्या बहिणीशी एका गुजराती माणसाने लग्न केले. मराठी-गुजराती तुलनेत तिला मराठीत दम आहे, असे वाटते; तर गुजराती पुचाट वाटते. तिच्या एकंदर बोलण्यात मराठीचा अभिमान व गुजरातीची भलावण यांचे मिश्रण होते. एका वृद्ध भाषकाला भाषा ही केवळ विचारांचे वाहन वाटते. विचाराला भाषेची गरज नसते. त्यांना गुजराती सिनेमे आवडत नाहीत, कारण ते सामाजिक विषयांवर नसतात. गुजराती चित्रपट अजूनही ऐतिहासिक अशा जुन्या काळातच रमतात, अशी त्यांची तक्रार होती; पण मराठी वाङ्मयाचा दर्जाही घसरत चालला आहे, असे त्यांना वाटते. गुजरातीत गंभीर विषयावर लेखन होत नाही, विनोदी लेखनच जास्त, असे त्यांना वाटते. कम्युनिस्ट कार्यकर्ता असणाऱ्या एका वृद्ध भाषकाचा अनुभव असा की, गुजरातमध्ये काम करताना कोणत्याही भागात हिंदी जास्त चालते. मराठी भाषकाला कितीही गुजराती आले, तरी खास ढंगाची अशी गुजराती बोलभाषा येणे शक्य नाही, असे दुसऱ्या एका भाषकाला वाटते.

मराठी भाषा, महाराष्ट्रातील मराठी भाषक, गुजराती भाषक यांबाबतच्याया

८१ भाषकांच्या प्रतिक्रिया पाहण्यासारख्या आहेत. गुजरातमध्ये राहिल्याने कानांवर सतत गुजराती पडणे साहजिक आहे. व्यवहारात गुजरातीचा वापरही करावा लागतो. यामुळे आपले मराठी बिघडले आहे, असे किती भाषकांना वाटते? तरुण गटात २० पैकी १३, मध्यमवयीन गटात ३३ पैकी २४ आणि वृद्ध गटात २८ पैकी १४ म्हणजे एकूण ५१ भाषकांना आपले मराठी 'गुजरातळले' आहे, असे वाटते. असे वाटण्याचे प्रमाण स्त्रियांमध्ये जास्त आहे. स्त्रियांची भाषासंवेदना अधिक तीव्र असावी. महाराष्ट्रात गेल्यावर आपले मराठी वेगळे आहे, असे जाणवते? ४५ भाषकांना तसे जाणवते. यातही महिलांचे प्रमाण जास्त आहे— २८ महिलांना असे जाणवते. आठ भाषकांना स्वत:चे मराठी चांगले वाटते; मात्र महाराष्ट्रात गेल्यावर आपले मराठी बिघडले आहे, असे सांगणारे लोक स्त्रियांना जास्त भेटतात. २२ स्त्रियांनी, तर फक्त ८ पुरुषांनी महाराष्ट्रातील मराठी लोकांच्या त्यांच्या मराठीबाबतच्या प्रतिक्रिया नोंदवल्या. काय म्हणतात मराठी लोक? 'बाहेरून आलात का?' असे विचारतात किंवा हसतात. एकाच मध्यमवयीन भाषकाला मात्र 'अहमदाबादला राहूनही तुमचे मराठी चांगले कसे?' असा उलट प्रश्न महाराष्ट्रात विचारला गेला. 'तुमचे मराठी धेडगुजरी आहे', अशी टिप्पणी करणारे मराठी लोक चार भाषकांना भेटले. ८१ पैकी ७ भाषकांचा अपवाद वगळता सर्व ७४ भाषक महाराष्ट्रात वर्षातून किमान एकदा तरी जातात. मुंबई, पुणे, सांगली, धुळे, नागपूर, नाशिक, कोल्हापूर, नवापूर ही स्थळे प्रामुख्याने जाण्याची. मामा, मावश्या, भाऊ, बहिणी यांच्याकडे जाणारे जास्त.

गुजरातमध्ये राहिल्यामुळे आपले मराठी कमी होते आहे, असे फक्त १८ भाषकांना वाटते. ४९ भाषकांना मात्र मुळीच तसे वाटत नाही. १४ भाषक याबाबत काही सांगू शकले नाहीत. सर्व व्यवहार मराठीत करता येण्याइतका आत्मविश्वास ५७ भाषकांना आहे. मात्र असे करणे अशक्य आहे, असे एका भाषकाचे मत; तर एकाचा याला विरोधच आहे. मात्र, उरलेल्या ५५ भाषकांना सर्व व्यवहार मराठीत करणे आवडेल. ज्यांना सर्व व्यवहार मराठीत करू शकण्याचा भरवसा वाटत नाही, अशा १३ पैकी ९ भाषकांना तसे करणे मात्र आवडेल. म्हणजे एकूण ८१ पैकी ६४ भाषकांना सर्व व्यवहार मराठीत करायला आवडेल. अल्पभाषक समाजाची ही भाषेबाबतची ओढ लक्षणीय आहे.

गुजराती लोकांशी रोटी-बेटी व्यवहार करण्याबाबत ८१ पैकी ७८ भाषकांनी मते नोंदवली. पैकी ४१ भाषक (सुमारे ५३%) विवाहसंबंधास राजी आहेत.

अर्थात, यांतील काहींना आपला याला विरोध नसला तरी आपल्या घरात असे घडले नाही, हेही मान्य आहे. विरोध करणाऱ्यांत भाषा हे कारण फक्त ५ भाषकांचे आहे. बाकीच्यांना दोन समाजांतील रीतिरिवाज, पद्धती, सवयी यांतील फरकांचा अडसर वाटतो. या फरकांमुळे काहींना गुजराती ही एक 'जात'ही वाटते.

म्हणजे, अहमदाबादमधील मराठी भाषकांनी व्यवहारासाठी गुजराती आत्मसात केली आहे. गुजराती समाजाविषयी त्यांचे मत चांगले आहे. मात्र, स्वत:ची मराठीही टिकवली आहे. व्यवहार आणि भाषा यांबाबत बहुसंख्य मराठी समाज बहुभाषकांच्या बरोबर राहू पाहतो. विवाहाबाबत मात्र फक्त निम्मा समाजच मिसळण्यास तयार आहे आणि त्याचे कारण सांस्कृतिक जीवनशैली हे आहे. बहुभाषिक भारतात पाश्चात्त्य देशांप्रमाणे भाषेचे स्थान संस्कृतीच्या केंद्रापाशी नाही; ते परिघावर आहे. अन्न, अन्नसेवनाच्या रीती, वस्त्रप्रावरणे, दैनंदिन व्यवहाराचे वेळापत्रक, नातेवाइकांशी संबंध, सण-समारंभ साजरे करण्याच्या पद्धती, श्रद्धास्थाने आणि उपासनामार्ग या गोष्टी संस्कृतीचा गाभा आहेत. त्याबाबत तडजोड करण्याची मानसिकता क्षीण नाही; पण भाषास्वीकाराच्या मानसिकतेपेक्षा मोठ्या प्रमाणात कमी आहे.

अहमदाबादेत राहून गुजराजी शिकले नाही, तर काय होईल? ५१ भाषकांना त्यामुळे अडचण येईलसे वाटत नाही, कारण हिंदी सर्वत्र चालते. दोन स्त्रियांनी तर आमचे मराठीही गुजराती शेजारणींना कळते, असे म्हटले. ज्याला मराठी येते, त्याला गुजराती समजणे अवघड नाही, असेही काहींना वाटते. अडचण येईल, असे वाटणाऱ्यांमध्ये बाजारात भाजी वगैरे घेताना किंवा रिक्षावाल्यांशी व्यवहार करताना अवघड जाईल, असे वाटते. ही अडचण प्रामुख्याने स्त्रियांनी सांगितली. शहरातील नोकरदार व व्यावसायिकांमध्ये पुरुष जास्त. त्यांना गुजराती वापरले नाहीतरी चालते. इंग्रजी व हिंदीवर काम भागते. मराठी माणूस भेटला, तर कसे वाटते? या प्रश्नाला ६६ भाषकांनी 'बरे वाटते', 'तो जवळचा वाटतो', असे सांगितले. मराठी माणसे महाराष्ट्रात तुटक, थोडीशी माणूसघाणी— विशेषत: शहरात— आहेत; पण परप्रांतात व परदेशात ही वृत्ती बदलते, असे दिसते. फक्त १२ भाषकांना मराठी माणूस भेटल्यावर खास जवळीक वगैरे वाटत नाही. तसेच फक्त १३ भाषकांच्या नातेवाइकांत काही मराठी न येणारे आहेत; ते मराठी विसरलेले असतील किंवा विवाहसंबंधांतून गुजराती भाषक नात्याचे झाले असतील; पण ६१ भाषकांना मराठी न येणारा एकही नातेवाईक

नाही.

प्रश्नावलीच्या दुसऱ्या भागात गुजराती शब्दसंपत्तीचा विषय आहे. मराठी भाषकांना असे काही मराठी शब्द आठवतात का, की ज्यांना गुजरातीत काय म्हणतात, ते चट्कन आठवत तरी नाही किंवा गुजरातीत त्याला शब्दच नाहीत, असे वाटते? असा प्रश्न विचारला होता. अर्थात, थेट प्रश्न विचारून लगेच उत्तर मिळणे अवघड होते. म्हणून प्रश्न लक्षात ठेवून भाषकांशी संवाद साधला. यातून मिळालेले शब्द तीन वर्गांत मांडता येतील :

१) ज्या शब्दांना गुजराती प्रतिशब्द आहेत, पण ते आठवत नाहीत.

२) ज्या शब्दांनी निर्देशित होणाऱ्या गोष्टी गुजरातमध्ये सहसा आढळत नाहीत, म्हणून त्यांना गुजरातीत शब्द नाहीत.

३) मराठी जीवनातील खास असे शब्द — अर्थात हे शब्द अधिक संस्कृतिनिष्ठ या स्वरूपाचे. आम्हाला मिळालेले शब्द असे :

वर्ग १ : उटणे, ओवाळणे, अळिवाचे लाडू, आधण, करदोटा, गवळी, करंजी, ताम्हण, चौरंग, भगर, कुटणे, कढवणे, सारवणे, सांडशी, फोडणी, वात, भाजणी, वहाणा, वरणभात, पातळ भाजी, फदफदे, लोंबी, यज्ञोपवित.

वर्ग २ : परस्पर, हुलगे, पिठले

वर्ग ३ : तिळगूळ, कान्हवला, देवदेवक, पुरणपोळी, मोदक, मानपान, हादगा.

ही यादी पूर्ण नाही; मात्र हे सर्व शब्द एकापेक्षा जास्त भाषकांनी सांगितले आहेत. पहिल्या वर्गातील शब्द व त्यांची संख्या 'घरी मराठीचा वापर' याच्याशी जुळणारी आहे. तिसऱ्या वर्गातील शब्द हे पद्धती, रीतिरिवाज, सवयी या बाबतीतली निष्ठा यांचे प्रतीक आहेत.

मराठी भाषकांना केवळ व्यवहारापुरते, काम भागवून नेण्यापुरते गुजराती येते की; गुजराती मातृभाषा असणाऱ्यांप्रमाणे गुजराती येते, हे पाहायचे होते. दोन्ही भाषांत समान क्षमता असणे असे समद्विभाषिकत्व आहे की, दुसरी भाषा केवळ कामचलाऊ स्वरूपाचे असे मातृभाषानिष्ठ दुभाषिकत्व आहे, हे पाहायचे होते. त्यासाठी सर्वसामान्य गुजराती भाषकालाही विचार करायला लावणारे असे शब्द निवडले. निवडलेल्या शब्दांत सूक्ष्म अर्थछटा, काठेवाडकडचा बोलीचा ढंग, खास गुजराती संस्कृतीचे संदर्भ यांतील एखाद्या गोष्टीचा समावेश होता. हे गुजराती शब्द असे :

बोतूडु : उंटाचे पिल्लू
लावूरू : मेंढीचे पिल्लू, कोकरू

वाछेरी	:	कालवड
वाघ	:	बकऱ्या, शेळ्या यांची राहायची जागा
मर्‌घडु	:	कोंबडीचे मांस
टउको	:	कोकिळेचा किंवा मोराचा आवाज
मदनियुं	:	हत्तीचे पिल्लू
वाछेरो	:	घोड्याचे पिल्लू
दर	:	उंदराचे बीळ
खोळ	:	तेलबियांची फोलपटे (ती जनावरांना खायला घालतात.)
काठ्लो	:	पोपटाचा गळा– त्यावरचा काळा पट्टा
खड	:	वाळलेलं, तणापेक्षा मोठं असं निरुपयोगी गवत
वेराण	:	निर्जन अरण्य
ओझल	:	घुंघट
अबोटियां	:	स्वयंपाक करताना वापरायचे सोवळे
खेस	:	खांद्यावर टाकायचा रुमाल, उत्तरीय.
छायल	:	सुती प्रिंटेड साडी, वायल
बांधणी	:	बांधून रंगवलेली नक्षी असणारी साडी
वांस	:	दंडात घालायच्या बांगड्या
चांद्‌लो	:	भांगात भरायचे कुंकू; बिंदीसारख्या एक दागिना.
क्यारो	:	आळे, तुळशीचा कट्टा.
खाखूरो	:	खाखरा.
वेढमी	:	लहान आकाराची सारण भरून केलेली पोळी.
उन्धियुं	:	तेलावर वाफलवलेली, अनेक भाज्यांचे मिश्रण असलेली संक्रांतीच्या दिवसांत करायची एक खास भाजी.
आकाडाका	:	तळवे जमिनीवर ठेवून खेळायचा एक खेळ, अडकोदडको.
वाखरो	:	जुने बैठकीचे सामान.
बेडुं	:	एकमेकांवर ठेवायच्या कळशा.
जळवासी	:	हळद लावताना नवरा-नवरीच्या आत्यांनी जोडप्याच्या केसांनी बांधायची अंगठी.
साखी	:	दांडियाचं गाणं सुरू होण्यापूर्वी म्हणायचा गाण्याचा एक भाग.
मरायुं	:	मुलाच्या जन्मानंतरच्या पहिल्या दिवाळीला आई त्याला

ऊस, नारळ, सरकी, पणती वगैरे घेऊन नातेवाइकांकडे नेते व ते त्याला भेटवस्तू देतात तो समारंभ.

पस्तानुं : प्रस्थान ठेवणे.

केडियुं : नऊ वाद्या असलेले बाराबंदीसारखे शेतकऱ्याचे जाकीट.

चुंदडी : बांधणी प्रिंटची साडी; लग्नाची भारी साडी.

पट्‌कुळ : उंची रेशमी साडी, पटोलू.

पोंचा (ब. व.) : पाच अंगठ्या व साखळ्या यांनी केलेला एक दागिना, पोंची

अकोटी : छोट्या घंटा असलेला कानात घालायचा एक दागिना

बाब्री : लहान मुलाचे जावळ

खाखूरी : लहान खाकरा

धेबरु/थेपलुं : मेथी वगैरे घालून थापून करायचा गाकर किंवा आटोळीसारखा एक जिन्नस.

डबूका : तळलेल्या भज्यांची किंवा मुठिये घालून केलेली आमटी

फजेतो : आंब्याचे बाठे धुऊन फोडणी दिलेले सार.

गोखलो : कोनाडा.

ढोकळियुं : ढोकळापात्र.

वासिडुं : गोठा किंवा घर यांची झाडलोट करणे.

सांजी : लग्नाआधी घरी नातेवाइकांनी म्हणायची गाणी.

मटुकी : मडके घेऊन करायचा एक खास नाच.

भाषकाने अर्थ सांगताना नेमका मराठी प्रतिशब्द सांगणे अपेक्षित नव्हते; पण भाषकाने केलेले विवेचन, दिलेले उदाहरण यावरूनही त्याला अर्थ माहीत आहे की नाही, हे पाहता येत होते. उदाहरणार्थ— 'दर' शब्दाचा अर्थ काही भाषक 'बीळ' असा न देता 'उंदराची जमिनीत लपायची जागा' असा देत. यावरूनही त्यांना तो शब्द माहीत होता हे समजले, काही भाषकांनी योग्य मराठी प्रतिशब्दही दिले.

हे शब्द तपासताना अनेक भाषक अंदाजाने अर्थ सांगत, कधी चुकीचे अर्थही पटवून देण्याचा प्रयत्न करत. अशा वेळी संशोधकाला हसू आवरणे अवघड असते, पण ते आवरायला लागते. दररोज रात्री त्या-त्या दिवसाच्या कामाचा आढावा घेताना आणि प्राथमिक नोंदी करताना मात्र आम्ही या सर्वांची आठवण काढून हसत असू. अनमानधक्क्याने अर्थ सांगताना गुजराती शब्दरूपाचे

मराठी शब्दरूपाशी साधर्म्य जोडण्याचा प्रयत्न होत होता. भाषकांनी दिलेले काही चुकीचे अर्थ या दृष्टीने लक्षणीय आहेत :

बोत्डु : गाढवाचे पिल्लू; घाणेरडे; बोबडे; भुते.
लावूरू : वाचाळ, बडबड, लोहार
वाघ : वाघ, वाडा.
मरघ्डुं : मरतुकडे
टउको : मोर
वेराण : वाळवंट
ओझल : अदृश्य; ओहोळ; लाज, ओंजळ; झाकण, दंव
अबोटियां : लंगोट.
खेस : पाठीवरची शाल.
छायल : लुगडे.
मदनियुं : अस्वलाचे पिल्लू.
वाछेरो : वासरू.
दर : प्रत्येक.
खोळ : गोधडीचा अभ्रा; चामडे; ओटी; डोहाळजेवण.
कांठ्लो : तिवई; वजनकाटा.
खड : शाईची दौत.
मेरायुं : मरण येणे.
पस्तानुं : पश्चात्ताप
केडियुं : कंबर; पुरुषांचा कमरपट्टा; पायवाट
पट्कुळ : पटकुर
बांधणी : -
वांस : बांबू, वस्ती, बासरी
चांद्लो : आहेर; कुंकू
क्यारो : -
खाखरो : भाजलेली शिळी पोळी
वेढमी : वांगी, पुरणपोळी
उन्धियुं : -
आकाडाका : लपाछपी
वाखरो : -

बेडुं	:	-
जळवासी	:	-
साखी	:	सखी, मित्र
पोंचा (ब. व.)	:	मनगटी; मऊ; पैंजण.
अकोटी	:	गळ्यातला दागिना
बाब्री	:	केस, मुंज
खाखूरी	:	-
धेबरुं/थेपलु	:	-
डबूका	:	मुटकुळे; लोणचे; भाजी
फजेतो	:	प्रवाही पदार्थ; फजिती; अडचण
गोखलो	:	खड्डा.
ढोकळियुं	:	ढोकळा
वासिडुं	:	गोठा साफ करणे; केरसुणी; खरकटे
सांजी	:	रांगोळी; भाताची पेज-सांजी
मटुकी	:	माठ; मटकी.

या ४६ शब्दांचे विश्लेषण संक्षिप्तपणे असे मांडता येईल :

सरासरी किती शब्द येतात?	किती येत नाहीत?
तरुण (पुरुष) १८ (३९%)	२८ (६१%)
(स्त्रिया) १५ (२८%)	३१ (७२%)

या गटात शब्द न येण्याचे प्रमाण स्त्रियांमध्ये जास्त आहे. मात्र दोघांतला फरक फार मोठा नाही.

प्रौढ (पुरुष) १९ (४३%)	२७ (५७%)
(स्त्रिया) २१ (४३%)	२६ (५७%)

या गटात स्त्री-पुरुषांत नगण्य असा फरक आहे.

वृद्ध (पुरुष) २० (४७%)	२६ (५३%)
(स्त्रिया) २१ (४६%)	२५ (५४%)

या गटातही स्त्री-पुरुषांतला फरक नगण्य आहे. म्हणजे स्त्री-पुरुष हा भेद

सर्व स्तरांवर परभाषेतील अवघड, खास असे शब्द येण्या न येण्यामध्ये महत्त्वाचा नाही.

वयोगटांची सरासरी अशी मांडता येईल :

	सरासरी किती शब्द येतात?	किती येत नाहीत?
तरुण	१७ (३३%)	२९ (६७%)
प्रौढ	२० (४६%)	२६ (५४%)
वृद्ध	२० (४६%)	२६ (५४%)

वयानुसारही फारसा फरक पडत नाही, असे दिसते.

शिक्षणानुसार मात्र मोठा फरक पडतो. एकूण ८१ मध्ये ३ भाषक निरक्षर या गटात मोडणारे. त्यांना येणाऱ्या शब्दांची संख्या अशी : ४-५-६ म्हणजे ४६ पैकी सरासरी फक्त ५ शब्द (११% टक्के) त्यांना येत होते. परभाषासंपादनात शिक्षणाचा घटक महत्त्वाचा दिसतो. अर्थात, याचा अर्थ गुजराती भाषेचे औपचारिक शिक्षण असा नव्हे. महाराष्ट्रात शिकलेल्या माणसालाही गुजरातमध्ये गेल्यावर किंवा गुजरातमध्ये मराठी माध्यमातूनही शिकल्यावर गुजराती संपादन करणे अवघड जात नाही, एवढाच अर्थ येथे घ्यायला हवा. औपचारिक शिक्षणाने भाषाध्ययनाची क्षमता वाढते, असे दिसते.

एकूण ८१ भाषकांचा विचार केल्यास काय दिसले?

सरासरी किती शब्द येतात?	किती येत नाहीत?
१९ (४१%)	२७ (५९%)

भाषेच्या उच्च स्तरावरील जाणिवेचे किंवा क्षमतेचे एका मोजपट्टीमध्ये रूपांतर करून १ ते ३५ क्षीण, ३६ ते ६० मध्यम व ६१ ते १०० उत्तम अशी त्यात प्रतवारी केली; तर या छोट्या नमुना-सर्वेक्षणाच्या आधारे अहमदाबादमधील मराठी भाषकांची गुजरातीबाबतची एका विशिष्ट उच्च स्तरावरील जाणीव मध्यम प्रतीची आहे, असे म्हणता येईल. गुजराती माध्यम आणि गुजरातीतर माध्यम शाळांतील गुजराती विषय यांमुळे मराठी भाषकांत ही प्रत आली असावी. भारतातील भाषावार प्रांतरचनेमुळे या शिक्षणात राज्यभाषा अनिवार्य झाल्या आणि पूर्वीच्या अनौपचारिक द्विभाषिकत्वाची जागा हळूहळू औपचारिक द्विभाषिकत्वाने घेतली, असे दिसते.

या ८१ भाषकांना मराठी शब्द कितपत येतात, याचीही चाचणी घेतली. मागे दिलेल्या २९०० शब्दांत 'भाव, भावना, दृष्टिकोन, मनाचे गुण-दोष' या

क्षेत्रातील भोपाळला वापरलेल्या शब्दांची भर घातली, म्हणजे एकूण ३००० शब्द झाले. पैकी वेळेच्या अभावी काही विशिष्ट शब्द तपासण्याचे ठरले. त्यांची विभागणी

१) 'स्वयंपाकघर : भांडी, धान्य, मसाले, भाज्या' (एकूण शब्द १०४),
२) 'घर व घराचे भाग, कपडे व इतर' (एकूण ७७),
३) रंग (एकूण शब्द २३),
४) 'पाणी : पाणीपुरवठा, पाण्याची चव, पाऊस इत्यादी.' (एकूण शब्द ६०),
५) 'दैनंदिन जीवन : व्यवसाय, लोक, रस्ते, सामाजिक संस्था, (एकूण शब्द ८०),
६) 'भाव-भावना : दृष्टिकोन, मानसिक गुण-दोष' (एकूण शब्द १२९) अशी केली.

म्हणजे, पूर्वीची अर्थक्षेत्रे एकत्रही केली. मूळच्या ३००० मधून ४७३ शब्द निवडले.

याचे संपूर्ण विश्लेषण येथे देणे शक्य नाही. पण त्यातील महत्त्वाचे टप्पे असे मांडता येतील :

एखादा शब्द न येणाऱ्या किमान भाषकांची संख्या ८ होती, एखादा शब्द न येणाऱ्या भाषकांची जास्तीत जास्त संख्या ६४ होती. असे न येणारे एकूण शब्द १९४ होते. म्हणजे ४७३ पैकी साधारणपणे ४१% शब्द अहमदाबादच्या मराठी भाषकांना अडचणीचे होते.

अर्थक्षेत्रांचा विचार करता 'भाव-भावना'मधले शब्द ६६% - सर्वांत जास्त असे न येणारे शब्द आहेत. भोपाळमधील पाहणीतील निष्कर्षाच्या अगदी उलट असा हा निष्कर्ष आहे. त्याखालोखाल 'पाणी' (५०%), घर (३०%), स्वयंपाकघर (२८%), दैनंदिन जीवन (२८%) आणि रंग (२६%) अशी मालिका दिसते. 'पाणी', 'घर', 'स्वयंपाकघर', 'दैनंदिन जीवन' व 'रंग' यांतील न येणाऱ्या शब्दांच्या प्रमाणात फार थोडा फरक आहे. भोपाळमध्ये पाणी (३४%), 'घर' (३३%), 'रंग' (३२%), 'दैनंदिन जीवन' (२६%) हे प्रमाण अहमदाबादप्रमाणेच आहे. भोपाळमध्ये फरक फक्त अर्थक्षेत्रात दिसतो. 'स्वयंपाकघर' (२०%), तर 'भाव-भावना' (१२%) आणि 'पाणी' (३४%); म्हणजे या तीनही अर्थक्षेत्रांत अहमदाबादला जास्त शब्द हरवले आहेत. मात्र समान हानीची क्षेत्रे एकच असणे, ही बाब नोंद घेण्यासारखी आहे.

अहमदाबादमध्येही 'घर' व 'स्वयंपाकघर' यांतील शब्दांना गुजराती पर्याय जास्त आढळले. ताट- थाळी, हरभरा डाळ- चणाडाळ, उडीद- उडद, लोड- तकिया, गाळणे- गाळणी, वेलदोडा- वेलची, कढीलिंब- कढीपत्ता, उचटणे- कालथा, बादली-डोल, घासणी- कूचा, कणीक-आटा तसेच खिडकी- बारी, गच्ची- धावा हे गुजराती पर्याय उपलब्ध होते.

संदर्भासाठी मराठी भाषकांना न येणाऱ्या शब्दांची यादी पुढे दिली आहे; मात्र प्रत्येक शब्दाचे मोजमाप दिलेले नाही.

१) स्वयंपाकघर : भांडी, धान्य, मसाले, भाज्या :

कढई, उचटणे, चिमटा, पाटा, वरवंटा, रवी, गाळणे (गाळणी असा वापर) पंचपाळे, करंडा, घागर, कोनाडा, उखळ, बादली, घासणी, तबक, घुसळणे, कढवणे, गोडेतेल (शेंगदाणा तेल माहीत), वाफलवणे, जाते, कढीलिंब, गवार, करडई (भाजी), डिंगरी, मटकी.

२) घर व घराचे भाग, कपडे आणि इतर वस्तू :

खुंटी, बैठक, झाडणे, कोळी, सदरा, सुती, ओटा, केर, डास, कोळी, लोकर, दुपटे, पंचा, दिवाण, काठ, लुगडे, बोळा, लोड, मऊ, रेशीम, पातळ, गालिचा, भांडेवाली.

३) रंग :

तांबडा, फिका, फिकट, शुभ्र, डाळिंबी, निळसर, लालसर

४) पाणी : पाणीपुरवठा, पाण्याची चव, पाऊस इत्यादी :

हलके (पाणी), प्रवाही, वाहते, नदीचा काठ, कालवा, निर्झर, डबके, डुंबणे, वाफा, टिपे, तोंडचे पाणी पळणे, साचलेले (पाणी), संथ (पाणी), प्रवाह, धरण, उथळ (पाणी), पाऊसपाणी, (पावसाची) सर, हौद, (नदीतला) भोवरा, महापूर, चवदार (पाणी), प्रलय, शिळे (पाणी), तळे, (नदीचा) घाट, धो-धो (पाऊस), सिंचन, ओल.

५) दैनंदिन जीवन :

व्यवसाय, लोक, रस्ते, सामाजिक संस्था, पदोन्नती, पदावनती,

भत्ता, वरिष्ठ, कनिष्ठ, नोटीस देणे, सूचना, तात्पुरती नोकरी, अर्ज, रस्ता खणणे (खोदणे माहीत), घसरडा रस्ता, पायवाट, अपघात, चक्का जाम, वाट काढणे, सही ठोकणे, वाट, नाका, वळण, चौक, नाकेबंदी, कर, विक्री.

६) भाव-भावना : दृष्टिकोन, मानसिक गुण-दोष :

लोभ, कळवळा, खिन्न, मत्सर करणे, भरून येणे, गुदमरणे, (रागाने, सूडाने) पेटणे, गुंडगिरी (दादागिरी माहीत), माथेफिरू, माजोरी, पोटात दुखणे, तुटकपणा, हलक्या मनाचा, भानगडीचा, जाण (जाणीव माहीत), समज, भुणभुण, गलिच्छ, लेचापेचा, अडेलतट्टू, खुशाल, दुसऱ्याच्या ओंजळीने पाणी पिणे, मन पालटणे, द्वेष करणे, कळा, तापट, रोखठोक, वीरभावना, वैर, शौर्य, संताप, क्रूर, निर्दय, उद्धट, उद्धटपणा, डँबिस, (स्वभावाने) गरीब, मग्रूर, आतल्या गाठीचा, विघ्नसंतोषी, काड्या घालणे, (आगीत) तेल ओतणे, रंगेल, कुरकुर, गळेकापू, सहानुभूती, क्षुद्र, समर्थ, अडाणी, कपटी, भिकार वृत्ती, आतिथ्यशील, परतंत्र, वाह्यात, दुराचारी, (भावना) कोंडणे, मनावर दगड ठेवणे, मन थाऱ्यावर नसणे, मनापासून, मानपान, मानापमान, मानी, मनमोकळा, शृंगार, अजब (वर्तन), शांतता, समजूतदारपणा, रुसणे, भाबडा (भोळा माहीत), भाव येणे, शिष्ट, गर्विष्ठ, परोपकार, परोपकारी, भरवशाचा, मोहक, हसरा, दुःख गिळणे, समानता, बंधुभाव, मर्यादशील, मनःपूर्वक, बेबंद.

* * *

.६.

–०–

तंजावूर

'तंजावूर'ला मराठीत तंजावर म्हणतात. तंजावरचे मराठी भाषक सर्वांत आधीचे परदेशवासी. शिवकालापासून म्हणजे १७ व्या शतकापासून मराठी भाषक तंजावरात राहिले. शहाजीराजांची ती जहागिरी. शिवाजीचे थोरले बंधू व्यंकोजी ऊर्फ एकोजी १६७६ मध्ये सिंहासनावर बसले. तेव्हापासून तंजावर हे भोसलेवंशाचे राज्य झाले. शिवाजीमहाराजांचे वडील शहाजी हे पहिले भोसले. त्यानंतर तंजावरच्या गादीवर आलेले राजे असे : व्यंकोजी तथा एकोजी (१६६५-१६८४), दुसरा शहाजी (१६८४-१७११), सरफोजी (१७११-१७२८), तुकोजी (१७२८-१७३५) दुसरा व्यंकोजी (१७३५-१७३६), सुजनबाई (व्यंकोजीची पत्नी, १७३६-१७३९) प्रतापसिंग (तुकोजीचा दुसरा मुलगा, १७३९-१७६३), तुळाजी (१७६३-१७८७), अमरसिंग (१७८७-१७९८), दुसरा सरफोजी (१७९८-१८३२), शिवाजी (१८३२-१८५५). तंजावरच्या दरबारात संस्कृत, मराठी, तेलुगू व तमिळ या भाषांतल्या वाङ्मयाला स्थान होते. तंजावरच्या दफ्तरातील मराठी लिखाण मोडी व तमिळ लिपीतले आहे. दुसरा सरफोजी हा तुकाजीचा दत्तक पुत्र.

तंजावरच्या मराठीचा लिखित दस्तऐवज उपलब्ध असल्याने गेल्या दोनशे वर्षांतील मराठीचा कायापालट पाहता येतो. दरबारची कागदपत्रे सरस्वती महाल ग्रंथालयात आहेत. तंजावरच्या बृहीश्वराच्या मंदिरात एक प्रचंड मोठा मराठी शिलालेख आहे. दुसऱ्या सरफोजीच्या काळात १८०३ मध्ये तो कोरला गेला. ही शिलालेख १५४७ घनफुटात कोरला असून 'भोसल वंश चरित्र'हा त्याचा विषय आहे. सांब मूर्ती यांनी १९०७ मध्ये प्रथम या शिलालेखाचे मूळ पाठ्य प्रकाशित केले. राजवाड्यांनी ते पुन्हा संपादित केले.

आम्ही प्रत्यक्ष शिलालेख वाचताना सांब मूर्ती आणि राजवाडे यांचे पाठ्य व शिलालेख यांच्यात काही फरक दिसले. अक्षरांची वळणे, काही शब्दांची रूपे यांत हे फरक आहेत.

जवळजवळ २०० वर्षांपूर्वीच्या या तंजावरी मराठीची आत्ताच्या मराठीशी तुलना केल्यास काय दिसते?

तंजावरी मराठीतील ऊ व ओ हे पश्चस्वर काही विशिष्ट स्थानी आज लोपलेले आहेत किंवा त्यांच्या जागी इतर स्वर आलेले आहेत. उदाहरणार्थ— चिखोल-चिखल, जरोरी-जरुरी, मनसोबा- मनसुबा, कुंपनी-कंपनी, धाकुटी-धाकटी, कुमुक-कुमक.

आजच्या मराठीतला शब्दाच्या प्रारंभीचा 'ई', 'अे' या पुरस्स्वरांना तंजावरी मराठीत 'य' लागतो. येकोजी-अेकोजी, येकटा-अेकटा, यितर-इतर या पश्चस्वरांआधी 'व' लागतो : वुभयतानी-उभयतानी, वुपद्रव-उपद्रव, वळखून-ओळखून, वुत्तर-उत्तर.

'न' आणि 'ण' तसेच 'स' आणि 'श' यांतील अदलाबदल हीसुद्धा तंजावरी मराठीत दिसते.

मराठीत '-णार' हे घटिण्य क्रियाव्याप्तीचे रूप आख्यातेतर स्वरूपात विशेषण म्हणून वापरले जाते आणि त्याच्या नामाच्या लिंग वचनाचे प्रत्यय घेते. उदाहरणार्थ – गाणारा माणूस, गाणारे पक्षी, गाणारी स्त्री वगैरे. तंजावरी मराठीत विशेषणाची प्रक्रिया पूर्ण झालेली दिसत नाही; म्हणजे '-णार'चे रूप आख्यात रूपातच येते. 'फौजा घेवून येणार दर्याखानावरी', 'कोट्यावधी जनास पोसणार राजा', 'तंजावुर राज्यात राज्य करणार नायडकूतानी', 'राज्यपद करणार सुजानबाई साहेब', 'त्याखेरीज येणार फिरंगी'. नामाआधी '-णार' रूप येण्याऐवजी ते नामानंतर येण्याची उदाहरणेही मोठ्या प्रमाणात आढळतात. 'कोणी बिदीस जाणार येणार', 'राजे सकल विद्याही जाणणार', 'जयंतीबाई म्हणणारीस', 'येकशिवराजा म्हणणार', 'मरवर महाराजाचे आश्रयास असणार', 'अफजलखान येणारास.'

अर्वाचीन मराठीत 'दुर्ग', 'धर्म' ही नामे पुल्लिंगी आहेत. तंजावरी मराठीत ती नपुंसकलिंगी होऊन त्यांची अनेकवचनी रूपे 'दुर्गें', 'धर्में' अशी होतात, तर 'कुमक'सारखी स्त्रीलिंगी नामेही नपुंसकलिंगी होऊन त्याचे अनेकवचन 'कुमके' असे होते. अर्वाचीन मराठीत 'रामाने रावणास मारले' आणि 'रामाने रावण मारला' या दोन्ही रचना संभवतात. तंजावरी मराठीत कर्त्याचा '-ने' प्रत्यय

काढला जाऊन क्रियापद नपुंसकलिंगी होते. 'शिवाजीराजे हुसेनखानास मारून टाकले', 'राजाच्या सेनापती नमस्कार केला.'

'राजे विश्वासले नाहीत!' यासारख्या नकारार्थी रचनेबरोबरच 'परंतू न गेले', 'ऐकनासे' अशा रचनाही आढळतात. 'नव्हता' हा शब्द 'इतकेच नाही तर' या अर्थाने वापरला जातो. 'द्रव्य लुटिले होते नव्हता...'

'-णार' प्रमाणे घटित क्रियाव्याप्तीच्या '-ले'युक्त रूपाचा विशेषण म्हणून वापर तंजावरी मराठीत होतो; अर्वाचीन मराठीत ते रूप '-लेल' या द्वितीयघटित क्रियाव्याप्तीचे असते : 'त्याकडून घेतिला सामान', 'जेष्ठ भार्येपासून जाहली संतती', 'युद्धास आल्या जोहारखानासमवेत', 'उरली बिरुदे', 'प्राप्त जाहली बिरुदे', 'तुम्ही संपादिले राज्य', 'चालिले कृत्रिम', 'नष्ट जाहल्या पुत्राची कथा', 'साक्षी दिल्या बारा पंडितापैकी', 'आम्हास सुचल्या बुद्धीनुसार जावे.'

मात्र नामानंतर विशेषण ही रचना इतरत्र आढळते. 'येकूण तरवारा दोनी', 'स्वार वीस झुंजार', 'प्रजा सकल जातीचे', 'मीनाक्षीअम्मा नायदाची.' तसेच 'ऊन+क्रियापद' ही रचना वेगळ्या रूपात येते. 'आपल्या किल्ल्यास येक दिवस असून जावे' (= असावे), 'शहाजीराजाचा डेरा घेरून घेणेस (= घेरण्यास) निरोपून...' तेवढा किल्ला राखून वरकड पाडून सोडणे' (=पाडून टाकणे). अर्वाचीन मराठीमधली 'जर...तर'ची क्लिष्ट रचना तंजावरी मराठीत क्रियापदाला फक्त - '—या' लावून सोपी केली जाते. 'ऐशा समयात त्याजवरी राजकारण केलिया स्वाधीन होईल म्हणून तजवीज करून...' (अशा वेळी त्याच्यावर राजकीय कारवाई केली तर, तो शरण येईल म्हणून त्याप्रमाणे व्यवस्था करून.), 'लोह पर्वताचा माथा चढून, खाले पाहिल्यांसमग्र निबिडवन' (लोहपर्वतांच्या शिखरावर जाऊन खाली पाहिले, तर दाट अरण्यात दिसते.), 'त्याचा उपचारही केला असत्या' (त्याच्यावर जर उपचार केला असता तर...).

सावरकरांनी मराठीमध्ये क्रियापदांचा दुष्काळ आहे, असे म्हणून नामांपासून क्रियापदे बनवण्याची सूचना त्यांच्या साहित्य संमेलनाच्या अध्यक्षीय भाषणात केली होती. 'स्वीकारणे', 'योजणे', 'कल्पिणे', 'आनंदणे' वगैरे क्रियापदे त्यामुळे मराठीत रुळली. तंजावरच्या शिलालेखाचा विचार करता, तेव्हा असलेली अशी सोपी क्रियापदे मराठीने गमावली, याची खंत वाटते. अपेक्षणे (अपेक्षा करणे), अटकावणे (थोपवून धरणे), अवतरणे (जन्मास येणे), उखळणे (मोडतोड होणे), उधडणे (फरारी होणे), कल्पवणे (कल्पना करणे), क्रमणे (प्रवास करणे), गडणे (गुंतणे), थोपणे (थांबवणे), देखणे (पाहणे), पावणे (येणे),

पावणे (मिळणे), बोधणे (शिकवणे), माघारणे (माघारी येणे), मुरडणे (परत येणे), आज्ञापणे (आज्ञा करणे). मराठीत विधिपूरक + क्रियापद अशी क्रियापदरचना सर्वसामान्य आहे. उदाहरणार्थ— प्रेम करणे, हाल होणे, भीती वाटणे वगैरे. तंजावरच्या शिलालेखात आज अपरिचित अशा काही क्रियापदरचना आहेत. अनुभवास असणे (समजणे), अंत:करण करणे (प्रेम करणे), अप्रत्यक्ष होणे (दिसेनासे होणे), आठवास आणणे (आठवणे), आनंदरूप होणे (मृत्यू पावणे), उणे करणे (काढून टाकणे), उसणे घेणे (सूड घेणे), गर्भ होणे (दिवस जाणे), जाणते करणे (सांगणे), तक्तनिशी होणे (गादीवर येणे), दाटण पडणे (गर्दी होणे).

या शिलालेखात शब्दांबाबत काही वैशिष्ट्ये आढळतात. पहिले वैशिष्ट्य असे की, आज प्रचलित नसलेले अनेक जुने शब्द शिलालेखात आहेत. जसे—

चर्या (वागणूक), अणा (वेढा : अणाही घालूनं दोन वर्ष बसला), आस (आश्रय : महमदअलीखान राजाचा आसात येईनाते अगोदरीच...), ईड (जुळणी : महसूल ईड करून दिले), कलदरा (रेशमी कापड), कलपवणे (तयार करणे : भाला काठीचे आयुधही... येक कलपविले), किता (वेळ : तद्नंतरे दुसरा किता...), कुबल (दुर्गम : ते स्थळ बहुत कुबल), कृतृमपुत्र (दत्तकपुत्र : कृतृमपुत्र येकजण निर्माण होऊन..), कौल (हमीपत्र : कितेकांस कौलावरी सोडले), चुंगडी (काही : अमरशिंगाने अक्रा वर्षे चुंगडी दिवस राज्य केल्यात), जमनाई (सुरक्षितता : जमनाईनेही ठेवून), ठायास आणणे (ताळ्यावर आणणे : शिवाजीराजास ठायास आणितो), तबकडा (बैठक : पालखीची तबकडा व कमान), तमवे (दोर : रेशमी तमवे), तिवाशी (गादी : रेशमी तिवाश्या), तुटारा (तुटवडा : आपले खर्चासही तुटारा पडल्यामुळे), थोरकी (मोठेपणा : राजाचे समीपतेचेही चर्चा करण्याने थोरकी), दाया करणे (नष्ट करणे : जास्ती घर दाया करीत.), दावा घेणे (सूड घेणे : तो दावा घेईल), दुधड करणे (तुकडे करणे : कृष्णाजीपंतास मारून दुधड केला), दुराई (ताकीद : प्रतापसिंहमहाराजाची दुराई देऊन राहते केले) धाराळ (मोकळे : त्याचे फौजेनिशी धाराळ सोडून देणे), निजव (आपुलकी : सरफोजी राजाच्या निजवाने), निरवणे (सोपवणे : चुलते विठोजी राजाकडे निरवून), पंचमजात (शूद्र : ब्राह्मणास... पंचमजातीकडून ओढिले), परतून (परत : परतून त्याशी मिळू नये), परते करणे (काढून टाकणे : सुजानबाईसाहेबास लोटून परते करून...) परमपदवी प्राप्त होणे/परमपदास पावणे (मरणे), पाते जाणे (विश्वास ठेवणे : त्यास पाते जाता नये), पातेरा

(विश्वास), पेसजी (पूर्वी : पेसजी अल्लीयदलशाहासी कुमुक पाठविले होते), फकरा मारणे (बोकाणा भरणे), बख्तर (चिलखत : राजानी... बख्तर ल्याले होते.), बरवी (चांगली), बाध्यता (योग्यता, क्षमता : सरफोजी राजाची बाध्यता), भोय (भुई, जमीन : राजे... पाच गाव भोय क्रमून...), मर्यादा चालविणे (राज्य करणे : महाराजाचे मनानुसार मर्यादा चालवीत आले), माज (कंबर : माजेची कठार काहडून...) मिळणी (एकी : अल्लीयदलशाहाची औरंगजेबाची मिळणी होणे नाही), मोरचा (आधारफळी : मोरचे देऊन युद्ध केले), रणास येणे (रणांगणावर मरणे : संभाजीराजे यादवराजाकडून रणास आले.), राखी (ठेवलेली बाई), रावूत (घोडेस्वार), लाधणे (लाभणे, मिळणे : अनेक निधिला लाधून...), वठ (तेजोवलय), -वरि (नंतर कितेक दिवसावरि), वर्णना (स्तुती : शिवाजीराजाचे वर्णना केलीजे), वऱ्हाड करणे (लग्न करणे : त्यांनी वऱ्हाड केल्या स्त्रियांपासून...), वाटार्थ (हेतूने : या वाटार्थ कुंपणीस जाणते केले.), वारावारी (व्यवस्था : महाराजानी केली वारावारी...), विजणा (पंखा : दांडीस मोराचा विजणा), शल्य करणे (कुरापत काढणे, शिवाजीराजास काही शल्य करिणेस...) शेखर करणे (यशस्वी करणे : कार्य शेखर करून...), शेवटील (शेवटचा : शेवटील लेक), सखलात (लोकरीचे कापड), सदरमाडा होणे (जाग्यावर बसणे : थोर सरदार सदरमाडा जाहल्यावरि), सरिसे (बरोबर : त्यासरिसे पुस्तक कुंपणीस दिल्हे), सलूक (सलोखा : सलूक राखिलो नाही), सुळी (वेश्या : कर्नाटक जातिच्याही सुळ्या), हम्म (हिंमत : पुन्हा हम्म धरून), हरकाऱ्या (निरोप देणारा), हवाल (स्थिती : आपुले यजमानाचा हवाल जाणविले), हुमा (तुरा). साजणार (शोभणारा : प्रयासी राजा साजणार), साधिले (जिंकलेले : साधिल्या राज्यास...)

दुसरे वैशिष्ट्य म्हणजे, अर्वाचीन मराठीपेक्षा खूप वेगळ्या अर्थाने वापरले जाणारे शब्द :

उपद्रव (आजार : उपद्रवाने अशक्त होणे), दबणे (लपणे), अनुभवणे (उपभोगणे : कित्येक दिवस राज्य अनुभवून...) आटोपणे, (जिंकणे : राज्य समग्र आटोपिले), आर्त (इच्छा : महाराजाचे पूर्वसंकेताचे आर्तप्रमाण), गवसणे (कवटाळणे : राजास गवसून धरून...), गुजरात (मध्यस्थी : त्यांच्या गुजराताने भेटी घेवून...), चकर (चक्र : नाणे : लक्ष चकऱ्याचा मुलूक), चालवणे (वागवणे : आम्हीही तुम्हास तसेच चालविले), जिव्हारी खोचणे (मनात ठेवणे : आपल्या जिव्हारी खोचून), निराकरण करणे (नाकारणे : शहाजीराजे निराकरण करू लागलेलेच होते.). प्रचुर करणे (प्रसृत करणे), प्रत्यक्ष होणे (समोर दिसणे

: कुलदेवता प्रत्यक्ष होऊन...) भांडणे (लढणे, युद्ध करणे : किल्ला भांडवून...), मत (पंथ : तुरुकांचे मतांत्यास निंदिता), मर्यादा करणे (मान देणे : येकोजीराजास विशेष मर्यादा करविले), माप (न्याय : हा माप जाहल्याकरिता), माफ (योग्य : मारून टाकावे तरी माफ), यत्न (उपाय : त्यांचा यत्न चालेना) रहस्य (गुप्तता : रहस्याने पाठविला), लांबणे (दूर जाणे : यादवराजे पुढे लांबले होते), व्यक्त (सत्य : त्याकडून व्यक्त बाहेर पडून), व्यसन (दु:ख : व्यसनाने मग्न होऊन), संग्रह करणे (ताब्यात घेणे : पनाळगड संग्रह करून...), सर्वत्र (सगळे : सर्वत्रांस परतून घेऊन युद्धास आले), सांडणे (पाडणे : मशिदा उघडून सांडिल्या), साधणे (जिंकणे : प्रथम सिंहगड साधिला).

तिसरे ठळक वैशिष्ट्य म्हणजे, शिलालेखातील वाक्यरचना :

'दर्याखानास पळऊन जय पाऊन शहाजी राजे परतून शिवनेरी गडास येतो, इतक्यात जिजाईसाहेब यांस पूर्ण गर्भ होता तो शालिवाहन शके... प्रमोदूत संवत्सरि प्रसव होऊन पुत्रोत्छव जाहला.' मुख्य वाक्याचा कर्ता यात पुढे टिकत नाही.

वाक्य-जोडणी अशीच अचंबित करणारी आहे : 'तो चंदासाहेब तेथून निघून, अदरानीस हिरासमोहदीन् खानाकडे पाठऊन, त्याशी बोलून, पंचवीस हजार स्वार व तदनुसार बार, तोफखाना, वगैरे सन्नहानिशी हिरासमोहदीनखान चंदासाहेबासहित दक्षिणप्रांतास स्वारीचे वेळेस फरांशिसासही पत्र पाठवून, संविधान लाऊन बरोबरी त्याची कुमकही घेऊन, आर्काडसुभेदार अनवदीखान मारून आर्काडास पावले?'

चौथे वैशिष्ट्य असे की पर्शियन, संस्कृत व इंग्रजीमधले शब्द या मराठीत वापरले आहेत.

कतवा (करारनामा, लेख), कुम्पणी (कंपनी), खिजमतगार (सेवक : कृष्णाजीपंत...खिजमतगारानिशी आला), खैरानी (किरकोळ : महाराजांचे खैराती खर्चास...मुलुक, गलेफ (आच्छादन : मखमली गलेफ), गौनरमेंट (गव्हर्मेंट), जिलेब (मिरवणूक : इत्यादी बिरुदे जिलेबेस... चालवीत आले), ताफा (तोहफा, भेट), त्रीटी (ट्रीटी, तह), तेविध (तोपर्यंत), दस्तक (परवानगी), फरंग (तलवार), फराशीस (फ्रेंचमन), बिदी (रस्ता : ब्राह्मणाचे रक्त बिदीत पसरून...), बेदिल्ल (अनुत्साही), मुबारक (इनाम), मुशारा (पगार), मुशारदार (नोकर), रफाक (मित्र : तुम्ही पादशाहाचे रफाक), वाली (भिंत, वॉल : खंदकाची वाली), शिखा (शिक्का-नाणे), सदरल्हा (येणेप्रमाणे : सदरल्हा तुरुक ८ जण), सुरत (चर्या,

रूप), सोलदाज (सोल्जर, शिपाई), हसल (कर), हानरबिल (ऑरनेबल - माननीय), हौदा (हत्तीवरील आसन), अनुसंधान (नाते), अभ्यंतर (खंड, अंतर), आलोचना (निरीक्षण), जनिता (वडील, पिता), तटाक (तळे), तुरुष्क (तुर्क), दुर्ग (किल्ला), निर्नाम होणे (स्मृतीतून पुसले जाणे), परिग्रह (लग्न), प्रसक्ती (प्रसंग).

या शिलालेखाचे पाचवे वैशिष्ट्य म्हणजे पर्शियन, संस्कृत या भाषांचा मराठीवर झालेला दीर्घकाळचा परिणाम दाखविणारी शब्दसंपत्ती. 'अमात्य', 'देशाधिपती', 'दुर्गाधिपती', 'समग्र', 'संविधा', 'परमपद', 'व्यसन', 'परामर्श'सारख्या संस्कृत शब्दांबरोबरच 'फरंग', 'मजकूर', 'तमाम', 'बंदीखाना', 'पादशहा', 'दौलत', 'शरीफ', 'वजीर', 'डबीर', 'मनसूपदार' 'सरनौबत', 'खिजमजगार' असे पर्शियन-अरेबिक शब्दही या लेखात आहेत. हे केवळ तात्पुरते, उसनवारीने घेतलेले परभाषांचे शब्द नाहीत. समासातील त्यांचा वापर या शब्दांची मराठीवरील घट्ट पकड दाखवतो. उदाहरणार्थ— 'नामनिशा', 'दिवाणवाडा', 'राजेमजकूर', 'जबाबस्वाल', 'स्वारस्तोम', 'दाईज', 'पाणिग्रहण', 'पायदळ', 'खानीजंगी', 'दिल्लीन्द्र', 'ताम्रमुख', 'क्रयपुत्र', 'खबरअल्ली', 'दुष्टचर्या', 'तक्तनिशी' असे अनेक परभाषापुष्ट समास शिलालेखात आहेत.

बाराव्या शतकातील 'राजतरंगिणी'सारख्या ग्रंथात ३६ क्षत्रिय कुळांची नावे आहेत. चौदाव्या शतकातील महालिंगदासाच्या 'सिंहासनबत्तीशी'मध्ये या ३६ मध्ये आणखी ६० कुलनामांची भर पडते. आज ज्याला 'शहाण्णवकुळी' मराठे असे म्हणतात, त्यांचा मूळ आधार हा ग्रंथ. सूर्यकुल आणि चंद्रकुल यांपासून निर्माण झालेले हे क्षत्रिय वंश. तंजावरच्या शिलालेखात ब्रह्मकुल, सूर्यकुल आणि चंद्रकुल अशा 'त्रिवंशापासून विस्तारिली क्षत्रिय कुलै शाण्णोची नावनिशी' दिली आहे. ती अशी :

१) भोसले	२) घोर्पडे (घोरपडे)	३) लिंबाळकर (निंबाळकर)
४) जगताप	५) नळर्वेदे	६) किकाडोश
७) देसाखतनी	८) ककाड	९) फडके
१०) माने	११) इदलूकर	१२) भिसले
१३) मोहित (मोहिते)	१४) शिरके (शिर्के)	१५) फडतरे
१६) काळे	१७) अगरे	१८) पुंवार (पोवार, पवार)
१९) होलकर (होळकर)	२०) वणगे	२१) रणनवरे
२२) अटाले	२३) पाहत	२४) शेकर

२५) जादाले (जर्दाळे) २६) पोळवा २७) फडसाळ
२८) खेडगळे २९) बहुगुण ३०) मोरे
३१) सावंत ३२) सूर्यवंशी ३३) सोमवंशी
३४) यादव ३५) मस्तके ३६) लोखंडे
३७) सिंगाडे (शिंगाडे) ३८) दळवी ३९) घांटगे (घाटगे)
४०) सनगर ४१) गायकवाड ४२) देवकर
४३) जाधव ४४) सोनवणे ४५) लांडगे
४६) डदारो ४७) पिंसाल (पिसाळ) ४८) विरजराय
४९) जाहे ५०) भाडळकर ५१) युजाटे
५२) शिशोंगा ५३) शिरसाटे (शिरसाट) ५४) भानदुर्ग
५५) काडे ५६) कराडे ५७) गाळी
५८) गरुड ५९) धावाडे (दाभाडे) ६०) दुमाल (धुमाळ)
६१) रणपिश (रणपिसे) ६२) कापुशे (कापसे) ६३) मटले
६४) ठोके ६५) गुजर ६६) खड
६७) टोन ६८) कुराहे ६९) शळके (शेळके)
७०) शिलार (शेलार) ७१) गाडे ७२) काटकर
७३) महाडिक ७४) वानविरे ७५) वितरे
७६) वाघमारे ७७) वाघ ७८) ववरे
७९) वाघकल्पाडे ८०) शितोळे ८१) शिकरे
८२) वावर ८३) इंगवळे (इंगवले) ८४) नारदिवे
८५) वोधळे ८६) बरुगर ८७) इंसाफ
८८) आहारकर ८९) अवारे ९०) दुन
९१) मोताटे ९२) तगट ९३) लगड
९४) कल्याणकर ९५) टोंवर ९६) शंकर
९७) वाळके

यात १ नाव जास्त आहे. ८९-९० मधला लेखनातील फरक स्पष्ट नाही. तो एकच शब्द असल्यास ९६ नावे होतील. कंसातील पर्याय हे आजच्या आडनावांशी साम्य दाखवण्याचा प्रयत्न म्हणून दिले आहेत.

तंजावरच्या शिलालेखापसून १९ व्या शतकातील परप्रांतातील मराठीची थोडी कल्पना येते. मात्र, तत्कालीन तमिळनाडूमधील मराठी भाषकांच्या मराठीची पूर्ण कल्पना त्यावरून येणे अशक्य आहे. शिलालेख बोलीभाषेत लिहीत नाहीत.

शिलालेखाची स्वतंत्र शैली असते. त्यामुळे शब्द, काही रचना यापलीकडे तत्कालीन भाषेवर शिलालेख फारसा प्रकाश पाडू शकत नाही. शहाजी बंगळूरला. तेथे दरबारची भाषा उर्दू. लोकभाषा कानडी. पण शहाजीच्या लवाजम्यातील लोक मराठी भाषक. तंजावरला पुढे राजे मराठी. त्यामुळे दरबारी भाषा प्रामुख्याने मराठी. लोकभाषा तमिळ म्हणून तमिळ, लिपीतही मराठी लेखन. पण मराठी राजांना मराठीप्रमाणेच तेलुगूही ज्ञात. १८ व १९ व्या शतकातील भारतात समाज, राज्यकर्ते व भाषा यांतील संबंध अभ्यासनीय आहेत.

तंजावरमध्ये पिढ्यान्‌पिढ्या स्थायिक झालेल्या मराठी कुटुंबांचा १९९० मध्ये शोध आम्ही घेतला. अशी कुटुंबे आता फार नाहीत, शिवाय ती विखुरलेली आहेत. बरीच कुटुंबे तमिळ ही एकमेव भाषा बोलतात. मात्र विवाह, सण, रीतभात या बाबतीत ती 'मराठी' आहेत. घरी क्वचितच मराठी वापरले जाते. आम्हाला भाषासंपादनाच्या प्रक्रियेत नवल वाटायला लावणारी अशी एक गोष्ट या सर्वेक्षणात नजरेस आली. एका मराठी घरात आई, मुलगा, सून व सुनेची आठ वर्षांची मुलगी असे चौघे राहतात. बाहेर आणि घरातही तमिळ वापरले जाते. मुलगा बायकोशी क्वचित मराठी बोलतो. ही मुलगी इतर मुलांप्रमाणे तमिळ शिकली. मात्र आठव्या वर्षी अचानक ती मराठीही बोलू लागली. त्यापूर्वी ती मराठी अजिबात बोलत नसे. आई-वडिलांचा क्वचितकाळी घडणारा मराठी संवाद हा तिचा मराठीशी एकमेव संपर्क होता. मुलांना भाषिक क्षमता असते; संपर्कात येणारी कोणतीही भाषा त्यामुळे मूल आत्मसात करू शकते, या सिद्धांताला पुष्टी देणारी ही एक असाधारण अशी घटना आहे.

तंजावरच्या सरस्वती महाल लायब्ररीमध्ये जुनी कागदपत्रे आहेत. त्यांचा अभ्यास करताना अनेक वेगळे शब्द सापडले. याच लायब्ररीत आजचे तंजावरी मराठी लेखनही सापडू शकते.

महाप्राणस्फुट व्यंजने वापरण्याची प्रवृत्ती तंजावरी मराठीत फार आहे. त्यामुळे गाधी (गादी), पतिवृथा (पतिव्रता), विध्वान (विद्वान), होवढे (एवढे), माघे (मागे) असे प्रयोग आढळतात. मराठी नामांचे लिंग आठवले नाही, तर ते नपुंसकलिंगी करण्याकडेही ओढा दिसतो.

'एकोजीचे <u>पदरचनाही</u> पाहणेस <u>मिळते</u>.', 'अनेक संस्कृत ग्रंथे केले आहेत', 'हे <u>लहानसे लेख</u> लिहिण्यात आले.'

'<u>स्त्रीना</u> लग्न करून <u>घेतले</u>', 'एकोजीस युक्त वयात विद्याभ्यास दिले', 'मराठीत <u>टीकाही लिहिले</u> आहेत.'

भावे प्रयोगातील—ने कर्त्यामागे लावायचा, पण क्रियापद मात्र नपुंसकलिंगी वापरायचे नाही किंवा उलट क्रियापद नपुंसकलिंगी वापरले तरी कर्त्याला—ने प्रत्यय लावायचा नाही, असे दोनही प्रकार तंजावरी मराठीत दिसतात. शिलालेखापासून आजच्या लेखनातही हा विशेष दिसतो. शिलालेखातली काही उदाहरणे अशी :

'कन्या जिजाऊस शहाजी राजास द्वितीय विवाहास लग्न करून दिल्हे.'

'तेव्हा अवरंगजबानी आपल्या वडिलाकडून प्रेषित घेऊन आला.'

'त्या अवरंगजबानी देवगिरा दुर्गात स्थाई होऊन राज्य परिपालन करू लागले.'

'शहाजी राजानी यासमीपच स्थलात आपले डेरे देऊन उतरले.'

'भीम सेनापतीनी चहूकडून किल्ला पाहून...शिवाजी राजाकडे आले.'

'तेव्हा शिवाजी राजे... बाहेर निघून... मुसेखानास मारून टाकले.'

असे का होते? 'कर्ता + आख्यातेतर क्रियापद + आख्यात क्रियापद' अशी रचना असताना आख्यात क्रियापदाऐवजी कर्ता जवळच्या आख्यातेतर क्रियापदानुसार चालतो. ही प्रवृत्ती आजच्या तंजावरी मराठी लेखनातही दिसते :

'शहाजीराजे भक्तिवान असून संस्कृत, मराठी व तेलुगूत भक्तिरचना केले आहेत.'

'राज्यकर्त्यात त्यानी बुद्धिवान आणि हुषारी होते.'

'त्याच्याबरोबर राणी सुजानबाई बरारीतीने युद्ध केली.'

'-ने'विना आणि '-ने'सहित रचना यामध्ये आधुनिक तंजावरी मराठी लेखन हेलपाटते आहे. म्हणूनच 'ते ग्रंथ त्यानी रचिले नाहीत. त्यांचे मंत्री व कवी महादेवच रचिले' अशा रचना लेखनात आढळतात.

'तेव्हा शिवाजी राजे यांस बारा वर्षांचे वय झाले', 'तेव्हा शहाजी राजांनी ज्येष्ठ भार्येपासून जाहली संतती येकोजी राजे जाहले', किंवा 'कन्या जिजाऊस शहाजी राजास द्वितिय विवाहास लग्न करून दिल्हे' यांसारख्या रचना जशा शिलालेखात आढळतात, तशाच 'हे भोसलेवंश राजे सर्व राजधर्मशास्त्राला

अनुसरून नीतिन्यायाने राज्यभार करून तंजावर देशातील प्रजांचे अभिमान संपादिले', 'तुळजाजीला सन १६७५ वर्षात पट्टराणी सौ. राजकुमारांबिका बाईकडे पहिले मुलगा उबजला', 'पी. पी. शास्त्री ह्यानी त्यांचे प्रस्तावनात काही आधाराने सांगतात', 'तंजावर प्रांतात भोसले राजे राहिल्यामुळे हे प्रांताचे देवस्थानातील देवतावर अति भक्तीने होते', अशा रचना आजच्या तंजावरी पंडिती लेखनातही आढळतात.

* * *

.७.

–०–

कोलकता

'एक वेळ होता, माझे आजोबा सांगतात. वेदपाठ करून जितके आय होत होती, जमीन जायदाद होती...'

'अरे, चूप रहे तू जरासे'

'सब्जेक्ट राहिला तर मनुष्य शिकते तरी.'

'काय गलत म्हणतो काय?'

'आमी त्यांची हिंदीवर थट्टा करतो.'

'आमच्या फॅमिलीला चारशे वर्ष झाले.'

('असं म्हणता येईल?') - 'ते म्हणू शकते.'

'त्याची पण अशी चेष्टा असते की हिंदी शिकायचं.'

'लिपी अवघडी आहे. कारण काये की जशे ते लिहितात,
तशे ते बोलत नाहीत.'

'आम्ही मराठी ऐकायला तरसतो.'

'हे कधी आमच्या आईनी आम्हाला खिलवलंच नाही.'

'त्यांच्या सुहागची निशानी आहे.'

'बाला' मंजे 'चौडी', बांगडी.'

'तुम्हाला कळण्यात आलं का?'

'एवढ्याचं एवढं करायचं आणि झगडा बांधायचा.'

'बहुत कमी लोकं घरात बंगाली वापरतात.'

'बहुत लहानपणी आमचं लग्न झालं.'

'मोलकरीण टेंपररी काम करून चालली जाणार.'

'कालीपूजेला ढाक पिटतात.'

'तो शतरंज खेळणारा आहे.'
'मी तुला साडी ना देईन.'
'मी असतो सिटीचं बाहेर.'
'बापटनी भेटले का तुमी?'
'एक ग्रुप गेलं जबलपूरकडे.'
'मी त्यांचंबरोबर मराठी बोलतो. पुण्याला ब्राह्मणचं मराठी जास्त ए.'
'आमच्या मावशीचं मुलं-मुली...'
'बंगाली लोक घमंडी आहेत.'
'बसमध्ये अधिकतर हिंदीच लागतं.'
'हिंदी चालतं, पण संवादाला अडचण येतंच.'
'जशा भाषेची माणूस येतात, तशा भाषेत बोलतो.'
'त्यांच्याशी भेटायचं आहे का?'
'आपण अंथरूण बिछावतो.'

कलकत्त्यामधील मराठी भाषकांच्या मराठीचे हे काही नमुने. या मराठीवर बंगालीपेक्षा हिंदीचा प्रभाव जास्त आहे. याचे कारण कलकत्त्यामध्ये हिंदीवर काम भागू शकते आणि कलकत्त्यात बिहारी लोकांच्या संपर्कात मराठी माणसे येतात. कलकत्त्याच्या मराठी सर्वेक्षणाचे काम अद्याप चालू असल्याने सर्वसाधारण निष्कर्ष अद्याप काढता येणार नाहीत; मात्र काही प्रवृत्ती आणि काही व्यक्तिनिष्ठ वैशिष्ट्ये यांचा आढावा घेता येईल.

कलकत्त्यातील तरुण पिढी ही कलकत्त्यात जन्मली, वाढली, तरी तिचे बंगालीचे शिक्षण फार जुजबी. इयत्ता ५ ते ८ याच काळात ती बंगाली शिकलेली. याचे कारण ती सर्व इंग्रजी माध्यमाच्या शाळांतून बाहेर पडलेली पिढी. मराठीचे अनौपचारिक शिक्षण घरीच. पण शाळेत हिंदी असल्याने मराठी लेखन-वाचनही शालेय शिक्षणाविना या पिढीला येते. देवनागरीचे हे उपकार. मराठीचा वापर प्रामुख्याने घरातच. फक्त काहींचेच नातेवाईक कलकत्त्यात. त्यामुळे मराठी वापराची संधी कमीच. मराठी मित्र-मैत्रिणी फक्त महाराष्ट्र मंडळामुळे. अन्यत्र मराठी मित्र-मैत्रिणी मिळणे दुरापास्त आणि मंडळातही मराठी-हिंदी-इंग्रजी यांचे मिश्रण करूनच बोलले जाते. फक्त तेथे बंगाली क्वचितच बोलले जाते, एवढेच. अर्थात कालीघाट किंवा मंडळाजवळचा हाजरा रोड या मध्यमवर्गीय वस्तीच्या भागात राहणाऱ्या तरुणांनाच मंडळात जाऊन बोलण्याची जास्त संधी मिळते. जोधपूर बागसारख्या उच्चभ्रू वर्गाच्या भागात राहणाऱ्या किंवा हावड्याला

ज्यूटमिल्स परिसरात राहणाऱ्या कनिष्ठ वर्गातील तरुणांना ही संधी मिळत नाही. खरे म्हणजे, कलकत्त्यातील मराठी भाषकांचे सर्वेक्षण करताना काही गोष्टी स्पष्ट झाल्या. महाराष्ट्र मंडळाच्या आसपास राहणारा मराठी समाज हा भाषिक समाज म्हणून राहू शकतो. त्यातही आता विघटन होते आहे. पण साल्ट-लेक, फोर्ट विल्यम, कलकत्ता विद्यापीठ, हावड्यातील अंतर्गत भाग यांत राहणारे मराठी भाषक हे भाषिक समाज म्हणून राहूच शकत नाहीत. तेथे मराठीचे अस्तित्व हे समुद्रातील छोट्या बेटांप्रमाणे आहे.

तरुण मराठी भाषकांचा बंगाली मित्र-परिवार मोठा आहे. त्यांच्याशी ते बंगालीत बोलतात. व्यवसाय-नोकरीत मात्र बंगालीबरोबर हिंदी, इंग्रजीही लागते. मराठी मात्र कुठेच लागत नाही. अहमदाबादच्या तरुणांना एक फायदा होता. मराठी व गुजराती यांत खूप साधर्म्य असल्याने त्यांच्या गुजराती मित्र-मैत्रिणींना मराठी समजणे शक्य होते. बंगाली-मराठीतील याच्या अभावाने बंगाली मित्र-मैत्रिणींत मराठी वापरण्याची शक्यता कमीच. शाळेत दीड-दोन वर्षे बंगालीचे शिक्षण व मित्र-मैत्रिणींचे बंगाली या सामग्रीवर या तरुणांना बोललेले बंगाली समजते. चित्रपट, नाटके या दृश्य कलांतील बंगालीही कामापुरते समजते; पण बंगाली लिपी ही देवनागरीपेक्षा अगदीच भिन्न असल्याने काहींनाच बंगाली वाचता येते. शालेय शिक्षणातील वाचनाची सवय सरावाअभावी कमी होते. आमच्या सर्वेक्षणातील एकही तरुण बंगाली साहित्य वाचताना आढळला नाही. बंगालमध्ये राहूनही मराठी भाषक – विशेषत: आजचा तरुण भाषक – बंगाली साहित्याकडे ढुंकूनही पाहत नाही, हे महाराष्ट्रात राहून भाषांतराच्या आधारे बंगाली साहित्याचा उदोउदो करणाऱ्या मराठी साहित्यिकांनी विचारात घ्यायला हवे. (अर्थात यावर महाराष्ट्रातही सर्वसामान्य मराठी वाचक मराठी साहित्याकडे ढुंकूनही पाहत नाही, असा प्रत्यवाय कोणी करू शकेल आणि तो मान्य करावा लागेल. ८ कोटी मराठी भाषकांच्या महाराष्ट्रात मराठी साहित्यकृतीची ११०० ची आवृत्ती खपायला एका वर्षाहून जास्त काळ लागतो. प्रत्येक प्रतीमागे ५० वाचक धरले, तरी ५५००० वाचक ही संख्या नगण्य आहे. साहित्य संमेलनासारख्या जत्रेच्या प्रसंगीही १०,००० प्रेक्षक म्हणजे डोक्यावरून पाणी. म्हणजे, साहित्याचे अगदी ८,००,००० वाचक मानले, तरी हे प्रमाण फक्त १ टक्का पडते. त्यामुळे कलकत्त्यातील तरुण मराठी भाषक बंगाली साहित्य वाचत नाहीत, हे समजू शकते.) साहित्याचे सोडा, पण तरुण मराठी भाषक बंगाली वृत्तपत्रे व मासिकेही वाचत नाहीत. या तरुण मराठी भाषकांतील काहींना आपले बंगाली

बंगाल्यांसारखे आहे असे वाटते; काहींना आपल्या वेगळ्या ढंगाची कल्पना आहे. पण सर्वसामान्यपणे बंगाली भाषक आपल्या बंगालीची टिंगल करीत नाहीत, असा अनुभव आहे. अहमदाबादमधल्या तरुण मराठी भाषकांचा गुजरातीबाबतचा अनुभव असाच आहे. बंगाली लिहिता येते, पण लिहिण्याची फारशी वेळ येत नाही, असा सूर तरुण मराठी भाषकांत दिसला. बंगाली लिपी ही मराठी लिपीपेक्षा वेगळी असल्याने असे घडते, असे मात्र फार लोकांना वाटत नाही.

कलकत्त्यातील तरुण मराठी भाषकांचा महाराष्ट्राशी संपर्क आहे– विशेषत: पुणे, मुंबई व नागपूरशी– पण तो अहमदाबादमधल्या तरुण मराठी भाषकांएवढा फार नाही. कधी काळी ते महाराष्ट्रात जातात. महाराष्ट्रात गेल्यावर आपले मराठी वेगळे आहे, हे त्यांना जाणवते. पण तेथेही वृद्ध माणसे सोडली तर कोणी तक्रार, टीका करत नाही. काहींच्या मते, महाराष्ट्रातले तरुण स्वत:च त्यांच्याप्रमाणे इंग्रजी किंवा हिंदीमिश्रित मराठी बोलतात. पिढीतल्या या सादृश्याने भाषेच्या शुद्धतेचा मुद्दाच गौण ठरतो.

निम्म्याहून अधिक तरुणांना आपले मराठी कमी होते आहे, असे वाटत नाही. त्यांना मराठी टिकवून ठेवल्याचा अभिमान आहे. निम्म्याहून अधिक तरुणांना बंगाली माणसांशी विवाह करणे आवडेल. भाषा हा अडसर नाहीच. फार थोड्यांना बंगाली लोकांचे मासे खाणे विवाहाच्या आड येईल, असे वाटते. बहुसंख्य तरुणांना कलकत्त्यात बंगाली न वापरता राहणे शक्य आहे, असे वाटते— हिंदी व इंग्रजीवर काम भागते. काहींना बंगाली येणे फारसे अवघड वाटत नाही. घरातील नित्याच्या वस्तूंबाबत घरात मराठी शब्द वापरले जात असल्यामुळे व बाहेर त्यांविषयी बोलण्याची वेळ येत नसल्यामुळे 'पाटा-वरवंटा', 'पंखा', 'घर', 'पोहे', 'भाकरी' यांसारख्या शब्दांना त्यांना बंगाली शब्द चट्‌कन आठवत नाहीत.

प्रौढ मराठी भाषकांत अशिक्षित नाहीत. बहुसंख्य पुरुष बंगालमध्ये वाढलेले, तर बहुसंख्य स्त्रिया लग्नानंतर कलकत्त्यात आलेल्या. त्यामुळे स्त्रियांचे शिक्षण मराठीत झालेले. पुरुष मात्र बंगालमध्ये राहून बंगाली माध्यमाच्या शाळेत न गेलेले. सर्वच शालेय शिक्षण इंग्रजी किंवा हिंदी माध्यमातले. बडोदा, अहमदाबाद, इंदूरप्रमाणे कलकत्त्यात मराठी माध्यमाच्या शाळा कधीच नव्हत्या. याचे कारण फार मोठ्या प्रमाणावर मराठी भाषक ऐतिहासिक कारणाने वा अन्य आर्थिक, सामाजिक कारणाने एकदम बंगालमध्ये स्थलांतरित झाले नाहीत. नोकरी व

व्यवसाय या निमित्तानेच ते कलकत्त्यात आले. मातृभाषेतून शिक्षण मिळत नसेल तर, प्रादेशिक भाषेपेक्षा इंग्रजी वा हिंदी माध्यमाच्या शाळांत जाणे अल्पसंख्य भाषक पसंत करतात, असे दिसते. इंग्रजी वा हिंदी माध्यमाच्या शाळांतून या भाषकांना फक्त दोन-तीन वर्षे (७ वी ते ८ वी किंवा ८ वी ते १० वी) बंगाली लेखन-वाचन शिकवले गेले. बहुसंख्य प्रौढ मराठी भाषक – पुरुष व स्त्रिया – हे पदवीधर आढळले.

कलकत्त्यात वाढलेले सर्व स्त्री-पुरुष मराठी घरी शिकले— ऐकून-ऐकून. हिंदीत शिकलेल्या देवनागरीमुळे मराठी वाचन-लेखनही करता येते, तथापि लिपी देवनागरी असली तरी मराठी लिहिताना त्रास होतो, असा प्रौढ भाषकांचा अनुभव आहे. मराठी लिहिण्याची वेळही फारशी येत नाही. मराठीचा वापर घरी किंवा मंडळात. प्रौढ भाषकांचे नातेवाईक सुरुवातीला कलकत्त्यात होते; आता त्यांचे प्रमाण घटते आहे. व्यवसायात किंवा नोकरीत मराठी भाषेचा वापर कधीच करावा लागत नाही.

बंगाली बोललेले समजणे आणि बंगाली माणसाशी व्यवहारासाठी बोलता येणे, या दोन्ही क्षमता एका महिलेचा अपवाद वगळता सर्व भाषकांमध्ये आहेत. मात्र, प्रौढ भाषक घरी बंगाली वापरत नाहीत. स्त्रिया मोलकरणींशी बोलतानाच फक्त घरात बंगाली वापरतात. बंगाली व्याख्यान, चित्रपट, टी. व्ही. कार्यक्रम यांमध्ये त्यांना अडचण येत नाही; पण तरुणांप्रमाणे प्रौढ मराठी भाषकही वाचनाच्या वाटेला फारसे जात नाहीत. दुकानावरच्या पाट्या, जाहिराती, टी. व्ही.वरच्या पाट्या वाचण्यापलीकडे बंगालीचे वाचन नाही.

प्रधानभाषा बोलणाऱ्या समाजाच्या उदार वृत्तीचा प्रत्यय बहुसंख्य मराठी भाषकांना आहे. त्यांच्या बंगालीला कोणी हसत नाही. काहींनी याचे कारण आपले बंगाली बंगाल्यांइतकेच चांगले असल्याचे म्हटले. फक्त एका पुरुष भाषकाने चांगले बंगाली भाषक आपले बंगाली कुठे तरी कमी आहे हे ओळखतात, असे सांगितले. एका प्रौढ महिलेचा अनुभव वेगळा आहे. तिच्या बंगालीला लोक हसतात, असे तिला वाटते. मात्र, अनेकांनी आपण उत्तम बंगाली बोलतो याचे बंगाली भाषकांना कौतुक वाटते, असे म्हटले.

बोलण्याचा आत्मविश्वास असलेल्या या प्रौढ मराठी मंडळींना लेखन-वाचनाचा गंध नाही. त्यांना बंगाली लिपी अवघड वाटते. विशेषत: जोडाक्षरे किचकट वाटतात. गंमत म्हणजे, आतापर्यंत केलेल्या विश्लेषणात एकही प्रौढ मराठी भाषक बंगाली वर्तमानपत्रे, मासिके व वाङ्मय यांतले काहीही वाचत

नाही, असे स्पष्ट दिसते. तरुण मराठी भाषकांप्रमाणे प्रौढ मराठी भाषक बंगाली श्रवण-भाषणात चलाख आहेत; पण लेखन-वाचनात गावंढळ आहेत, असे दिसते.

ही परिस्थिती सामाजिक भाषाविज्ञानाच्या दृष्टीने लक्षणीय आहे. भारतीय संदर्भात निकडीचा, व्यावहारिक असा भाषिक व्यवहार मौखिक स्वरूपाचा आहे. तो त्या-त्या प्रदेशातल्या प्रादेशिक भाषांत चालतो. मोठ्या शहरांत हिंदी, इंग्रजीचा वापर पर्यायाने चालू शकतो. त्यामुळे स्थलांतरित भाषकांना श्रवण व भाषण ही दुसऱ्या भाषेतील दोनच कौशल्ये प्राप्त केली तरी चालते. ही कौशल्ये अद्यापही मोठ्या प्रमाणात नैसर्गिक पद्धतीने—म्हणजे ऐकून-ऐकून—सवयीने आत्मसात केली जातात. परमुलुखातील भाषा आधी औपचारिक शिक्षणाद्वारे शिकून मग स्थलांतर करायचे, असा रिवाज भारतात नाही. व्यावहारिक स्तरावरचे वाचन-पाट्या, जाहिराती, सूचना वगैरे– एखाद-दोन वर्षांच्या शिक्षणाने किंवा क्वचित सवयीने प्राप्त केले जाते. मात्र परप्रांतातील इतर लेखन-वाचनाचा लौकिक व्यवहार प्रादेशिक भाषेत केलाच पाहिजे, असे दिसत नाही. प्रधानभाषा बोलणाऱ्यांची सोशिकता आणि भाषेतर सांस्कृतिक अंगातील विलगता जपण्याची संधी, यामुळे अल्पभाषकांना परप्रांतात स्थिरावणे अवघड जात नाही.

आतापर्यंत विश्लेषण पूर्ण झालेल्या भाषकांपैकी फक्त एका प्रौढ भाषकाला आपल्या मराठीवर बंगालीचा परिणाम झाला आहे, असे वाटते. आपले मराठी कमी होते आहे, असेही वाटते. महाराष्ट्रात गेल्यावर हे जाणवते. मात्र बाकी सर्वांना तसे वाटत नाही. काहींना आपल्या मराठीवर हिंदीचा परिणाम होतोय, असे वाटते. यांतले बहुसंख्य भाषिक निमित्तानिमित्ताने महाराष्ट्रात जातात; अहमदाबादमधल्या भाषकांसारखे नियमितपणे व वारंवार जात नाहीत. आई-वडील, भाऊ-बहिणी यांना भेटायला प्रौढ स्त्रिया जातात. मोठे मुलगे महाराष्ट्रात परत जाऊन स्थायिक झाले, असे सांगणारे काही आहेत. त्यांच्याकडे म्हणून महाराष्ट्रात जावे लागते. कलकत्त्याच्या सर्वेक्षणात एक महत्त्वाची गोष्ट आढळली. ती अशी की, मराठी भाषकांनी बंगाल आपलासा केला नाही; तशी त्यांची इच्छाही नाही. स्वत:ची स्थावर मालमत्ता असलेले मराठी भाषक कमीच. मुलांनाही उच्च शिक्षणासाठी महाराष्ट्रात पाठवण्याकडे ओढा जास्त. त्यांनी तिथे शिकून तिकडेच राहावे, अशी प्रौढ भाषकांची इच्छा दिसली. आपले बंगालमधले राहणे हे तात्पुरत्या गरजेचे आहे, अशीच एकूण मानसिकता दिसली.

याच मानसिकतेतून मग बंगाली माणसाशी आपल्या मुला-मुलींचे लग्न

करून देण्यास दोन-तीन अपवाद सोडता प्रौढ मराठी भाषक तयार नाहीत. अर्थात, भाषा— म्हणजे मराठी व बंगालीतील फरक— हे कारण कोणीही सांगितले नाही. बंगाली लोक भांडखोर आहेत, आळशी आहेत; त्यांना घेणं माहीत आहे, देणं माहीत नाही— अशा कारणांखेरीज ठळकपणे दिसलेले कारण म्हणजे ते मांसाहारी आहेत, हे. प्रौढ मराठी भाषकांना बंगाली रीतिरिवाज, पद्धती यांची फारशी माहिती नव्हती.

कलकत्त्यात राहून बंगाली न आल्यास चालते का, याचे उत्तर होकारार्थी व नकारार्थी देणारे प्रौढ मराठी भाषक निम्मे-निम्मे आहेत. हिंदी-इंग्रजी चालते असे, एका गटाचे मत. उलट भाजीवाले, रिक्षावाले फसवतात; बऱ्याच बंगाल्यांना इंग्रजी येत नाही, असे दुसऱ्या गटाचे मत. बंगाली माणसाचं स्वभाषेवर प्रेम आहे. त्यामुळे धंदा करताना बंगाली बोलणे फायद्याचे, असेही मत मराठी धंदेवाल्यांनी मांडले.

वृद्ध भाषकांतील सर्वांत जास्त वयाचा भाषक ८२ वर्षांचा आहे. आम्ही आतापर्यंत केलेल्या विश्लेषणातून एकही वृद्ध भाषक मुळात कलकत्ता किंवा बंगालमध्ये लहानपणी नव्हताच. पुणे, कराड, नागपूर, मुंबई, इंदोर, नाशिक, जबलपूर, वाराणसी या भागांतून १९४७ नंतर नोकरीच्या निमित्ताने पुरुष भाषक कलकत्त्यात आले. त्यामुळे शाळेत किंवा कॉलेजमध्ये इंग्रजी, मराठी, हिंदी, संस्कृत या भाषा ते शिकले; बंगाली शिकले नाहीत. स्त्रिया लग्नानंतर १९४७ ते १९६० च्या दरम्यान कलकत्त्यात आलेल्या.

मराठीचा वापर फक्त घरामध्ये किंवा महाराष्ट्र मंडळात गेल्यावर, असे काही वृद्ध भाषकांनी सांगितले. एक-दोन अपवाद वगळता त्यांचे नातेवाईकही कलकत्त्यात नाहीत. अत्यल्प भाषकांचे जावई बंगाली असल्याने त्यांच्याशी मराठी बोलता येत नाही, असे त्यांनी म्हटले.

या गटातील सर्व भाषक ऐकून-ऐकून बंगाली शिकले. त्यांना बंगाली बोलता येतं व समजतं. बहुसंख्य भाषकांना बंगाली पाट्या वाचता येतात. त्यापलीकडे वाचन नाही, लेखनही येत नाही. एक स्त्री-भाषक खासगी वर्गाला जाऊन बंगाली शिकल्या; नोकरीसाठी हे करावे लागले. एक स्त्रीभाषक तारा पंडित या प्रसिद्ध भाषांतरकार आहेत. मुलांचा बंगाली अभ्यास घेण्यातून स्वत: बंगाली शिकल्या. मराठी साहित्याचे बंगालीमध्ये आणि बंगाली साहित्याचे मराठीमध्ये उत्तम भाषांतर त्या करतात. मात्र बंगालीचे हे ज्ञान त्यांनी स्वत:च मिळवले. परभाषेचे संपादन अशा तऱ्हेने करणारा असा भाषक विरळाच. मराठीत तर तो

दुर्मिळही.

फक्त एका स्त्रीभाषकाने घरी क्वचित मुलं बंगालीत बोलू लागली की, आम्ही बंगाली बोलतो, असे सांगितले. बाकीचे सर्व वृद्ध भाषक घरी, नातेवाइकांत बंगाली वापरत नाहीत. अनेक वर्षे कलकत्त्यामध्ये राहिल्याने या गटातील भाषकांचे अनेक बंगाली भाषकांशी जवळचे संबंध आहेत. त्यांच्याशी ते बंगालीत बोलतात. बंगाली भाषा संस्कृतप्रचुर आहे, ती गोड आहे, असे अनेकांचे मत. मात्र ८२ वर्षांच्या वृद्ध गृहस्थांना ती अतिशयोक्त आहे, असेही वाटते. अगदी सामान्य प्रसंगीही हे लोक भारदस्त शब्द वापरतात, असे त्यांचे मत. उदाहरणार्थ— रुमाल विसरला तरी बंगाली माणूस 'सर्वनाश' झाला, असे म्हणेल; तर रस्त्यातला गर्दीला, बोटाला साधे कापल्याच्या घटनेला 'भीषण' म्हणेल.

सर्व वृद्ध भाषकांना बंगाली नाटक, चित्रपट समजतो; पण वाचनाची आवड नाही. ऐकून-ऐकून बंगाली शिकलेल्या एका स्त्रीभाषकाने मात्र आपण वर्तमानपत्र, मासिके व बंगाली साहित्य वाचतो, असे म्हटले. तारा पंडित बंगाली वर्तमानपत्रे नियमितपणे वाचत नाहीत, मासिके कमी वाचतात; मात्र साहित्य भरपूर वाचतात.

आपलं बंगाली हे बंगाली मातृभाषकांसारखं नाही, त्यावर मराठी छाप आहे, मराठी ढंगानं आपण बंगाली बोलतो, आपल्या उच्चारणावरून बंगाली लोकांना हे समजते, याची जाणीव सर्व वृद्ध मराठी भाषकांना आहे. मात्र बंगाली लोक आपल्या बंगालीला हसतात, असं कुणीही म्हटलं नाही. आपण मराठी भाषक असूनही बंगाली बोलतो याचं कौतुकच बंगाली लोकांना वाटते, असे अनेकांनी सांगितले.

बंगाली लेखनापेक्षा वाचन सोपे; त्यात फारशा अडचणी येत नाहीत, असे सर्वसाधारण मत दिसते. अनेकांना लेखनाचा सरावच नाही. वाचनाचाही कमीच — मर्यादित. काहीजण पूर्वी निदान बंगाली वर्तमानपत्रे वाचत; आता सेवानिवृत्तीनंतर तीही सवय मोडली. मराठी साहित्याचे बंगालीत भाषांतर करताना कधी बंगाली शब्द आठवत नाहीत, असे तारा पंडितांनी सांगितले; मात्र उलट होत नाही. मातृभाषेच्या संस्काराच्या दृष्टीने आणि भाषांतरकलेतील भाषांच्या क्षमतेच्या दृष्टीने तारा पंडितांचा हा अनुभव महत्त्वाचा आहे. आपल्या मराठीवर बंगालीचा परिणाम झाला आहे, असे फारच थोड्या वृद्ध भाषकांना वाटते. महाराष्ट्रात गेल्यावर तसे कुणाला जाणवतही नाही. महाराष्ट्रात जाण्याची वारंवारिता फार नाही. दोन-तीन वर्षांनी तिकडे चक्कर होते. काहींनी मुलींना नवरे तिकडे

पाहून दिल्याने त्यांचे जाणे होते. एका स्त्रीभाषकाने नक्षलवादी चळवळीमुळे शालेय शिक्षणानंतर मुले महाराष्ट्रात शिक्षणासाठी पाठवण्याची प्रथा सुरू झाली, असे म्हटले. काही मुले शिक्षण संपल्यावर तिकडेच राहिली; काही इकडे आली. महाराष्ट्रातून बंगालमध्ये नव्याने स्थलांतर करणाऱ्यांचे प्रमाण अत्यल्प आहे, असे एका भाषकाने सांगितले.

दोन-चार अपवाद वगळता बंगाली लोकांशी विवाहसंबंध ठेवण्याबाबत अनेक वृद्ध भाषकांची काही हरकत नाही. गंमत अशी की, प्रौढ भाषकांचा अशा संबंधांना विरोध आहे, तरुण भाषकांतील निम्म्याहून थोडे कमी भाषक याविरोधात आहेत. पण बहुसंख्य वृद्ध भाषकांना विरोध करण्याचे कारण दिसत नाही. कुटुंबाची जबाबदारी घेणारी मध्यमवयीन पिढी ही त्या जबाबदारीच्या भाराने स्थितिप्रिय किंवा थोडीशी पुराणमतवादी होते की काय, हे तपासायला हवे. सेवानिवृत्तांची पिढी इतकी मोकळी, उदारमतवादी कशी? हा बदल वयाने, वयानुसार येणाऱ्या अनुभवाने होतो; की हे दोन पिढ्यांतील मूल्यफरकांमुळे घडले आहे? वृद्ध भाषकांना बंगाली लोक चांगले वाटतात; तसेच ते मनमोकळे नाहीत, थोडेसे परंपरावादी आहेत; असेही वाटते. फार थोडे अपवाद वगळता बहुसंख्य वृद्ध भाषकांना कलकत्त्यात इंग्रजी व हिंदी चालत असल्याने एखाद्याला बंगाली न आल्याने त्याचे काही अडेल, असे वाटत नाही. 'खरकटं', 'पोतेरं' यांसारखे शब्द व मराठीतल्या म्हणी यांना बंगाली पर्याय नाहीत, असे काही भाषकांनी सांगितले.

कलकत्त्यामधील मराठी भाषकांच्या बंगालीतील क्षमतेची कल्पना येण्यासाठी आम्ही सांस्कृतिक दृष्ट्या महत्त्व असलेले व खास बंगाली म्हणून समजले जाणारे ४७ शब्द गोळा केले. मराठी भाषकांना ते कितपत कळतात, हे पाहायचे होते. ते शब्द असे :

शाखा	:	शंख
बाला	:	वाळा
मुटुक	:	मुगुट
कोशाकोशी	:	बाचाबाची, भांडण
धुनोची नाच	:	दुर्गापूजेतील धूप लावून करायचा नाच
मुडी	:	चुरमुरे
पाताली गुड	:	ताडापासून बनवलेला गूळ
खौर	:	कात

जाङ्ला	:	खिडकी, जाळी
कॉल/कोल	:	सापळा
झांटा	:	झाडू, झाडणी
घोटी	:	तांब्या
हाता	:	भातवाढणी
कोलबालीश	:	तक्क्या, मोठी उशी, गिरदी
पोला	:	पोवळ्यांची किंवा लाखेची बांगडी
टोपोर	:	लग्नात वराने घालायचा टोप
ऑल्पना	:	रांगोळी
पाचाली	:	पोथी, धार्मिक कहाणी
शाक/शाखा	:	शंख
मिश्टीदोई	:	मडक्यात असलेले व खजुराचा गूळ घालून गोड केलेले दही
खोई	:	साळीच्या लाह्या
लूची	:	पुरी
उठोन	:	अंगण
मॉशारी	:	मच्छरदाणी
चोटी	:	वेणी, शेपटा
खूंती	:	उलथने
पीठी/पीडे	:	बसायचा पाट
हमालदिस्ता/हमालदस्ता	:	खलबत्ता
शीलनोटा	:	पाटा-वरवंटा
चोख	:	डोळा
छागोल	:	बकरी, शेळी
खांचा	:	पिंजरा
नोंग्रा	:	घाणेरडे
आबोर्जना	:	केर, कचरा
लॅज	:	शेपूट
लाटाई	:	रीळ, आरी
मोरिंचिका	:	मृगजळ
शोरता	:	विळी

चूल	:	केस
पोक्का	:	पोरकिडे
छाई	:	राख
पोरिश्कार	:	स्वच्छ
गामछा	:	पंचा
घूडी	:	पतंग
कांडो	:	गोंधळ, गडबड
शैकोत	:	समुद्रकिनारा, वाळवंट

अदमासाने मराठी भाषकांनी केलेले काही चुकीचे अर्थ असे :

झांटा	:	बोळा
हाता	:	डाव
कोलबालीश	:	लोड, अभ्रा
खांचा	:	खण
नोंग्रा	:	चोंबडा
आबोर्जना	:	निष्काळजीपणा
लॅज	:	ताटी
लाटाई	:	मांजा
शोर्बानी	:	पार्वतीचे नाव, शर्वाणी
उठोन	:	चौकट, अंगण, उठून
मॉशारी/मोशारी	:	डास
खूंती	:	चमचा
पीडी	:	लाकडी जिना
शोरता	:	उलथने
शैकोत	:	वाळू, पूल

तरुण गटात सरासरी १३ शब्द येत नव्हते, असे दिसले. प्रौढ गटात हे प्रमाण १३ च होते. वयस्क गटात ही संख्या १६ होती. तिन्ही गटांचा एकत्रितपणे विचार केला, तर ४७ पैकी (सरासरी) १४ शब्द येत नव्हते, असे दिसले. म्हणजे, तपासलेल्या शब्दांपैकी मराठी भाषकांना ७०% शब्द आले, तर ३० टक्के शब्द आले नाहीत. सरासरी ३३ शब्द आले, तर १४ आले नाहीत. अहमदाबादच्या विश्लेषणातील १ ते ३० क्षीण, ३१ ते ६० मध्यम व ६१ ते

१०० उच्च अशी परभाषेच्या जाणिवेचे मोजमाप करण्यासाठी वापरलेली पट्टी लक्षात घेतली, तर कलकत्त्यामधील मराठी भाषकांची बंगालीची जाणीव उच्च प्रतीची दिसते.

लेखन-वाचनाकडे फारसे लक्ष न देणाऱ्या या भाषकांची ही जाणिवेची प्रत काय सांगते? कलकत्त्याच्या भाषकांवरील कामाचे विश्लेषण अद्याप पूर्ण झालेले नसल्याने या निष्कर्षाला पूरक किंवा विरोधक असे इतर घटक उपलब्ध नाहीत. मध्यमवर्गीय मराठी भाषकांची संख्या अधिक असल्याने कदाचित ही प्रत वरची असावी; भाषकांमध्ये आणखी पर्याय लक्षात घेऊन भर घातल्यास कदाचित हा आकडा बदलेल. कदाचित तुलनेने, आम्ही निवडलेली बंगाली शब्दावली बंगाली संस्कृतीच्या गाभ्यातील असली, तरी मराठी भाषकांना ती अंगे अधिक परिचित अशी असावीत. या सर्व शंका-कुशंका रास्तच आहेत; पण अंतिम निष्कर्ष एकदम पूर्णपणे बदलण्याचीही शक्यता वाटत नाही. फार तर ७० टक्क्यांचे ६५ टक्के होतील, एवढेच.

त्यामुळे यातून निघणारे निष्कर्ष हे स्वीकारावे लागतील. परभाषा जेवढी स्वभाषेपेक्षा भिन्न, तेवढी ती अधिक तत्परतेने शिकली व राखली जाते, असे म्हणता येईल. गुजरातीचे औपचारिक शिक्षण असूनही व गुजराती लेखन-वाचनाचा बऱ्यापैकी सराव असूनही अहमदाबादच्या मराठी भाषकांची गुजरातीमधील क्षमता मध्यम प्रतीची आहे; पण औपचारिक शिक्षणात आणि त्यानंतरच्या लेखन-वाचन या कौशल्यात बंगालीचे स्थान गौण असूनही कलकत्त्याच्या मराठी भाषकांची या शब्दावलीतून दिसणारी क्षमता उच्च प्रतीची आहे. कदाचित असेही म्हणता येईल की, लेखन-वाचनाला अवास्तव महत्त्व देणे समर्थनीय नाही. भाषेच्या अंतरंगाची जाण याविनाही असू शकते. लिखित साहित्यनिर्मितीच्या गजबजाटात आपण याचे भान विसरत चाललो आहोत.

कलकत्त्यातील मराठी भाषकांची शब्दसंपत्ती तपासली, तेव्हा काही गोष्टी स्पष्ट झाल्या. एक तर व्यवहारात हिंदी व बंगालीचा वापर असल्याने काही मराठी शब्दांची जागा त्यांनी बळकाविली आहे. उदाहरणार्थ— 'पळी'ला ते 'डाभल' शब्द वापरतात. 'उचटणे' या वस्तूची जागा 'सराटा'ने घेतली आहे. 'सांडशी'ची 'पकड' होते, तर 'कोबी'ही 'बंदगोबी' होतो. 'चक्की' शब्द 'जाते' याला दूर सारतो, तर 'गोडलिंब' किंवा 'कढीपत्ता' हे शब्द 'कढीलिंब' याला दूर करतात. मराठी 'खसखस' बंगाली 'पोश्तो' होते, तर 'चणा डाळ' व 'आटा' हे अनुक्रमे 'हरभरा डाळ' व 'कणीक' यांना हटवतात. 'उसवणे' हा मराठी शब्द

'उधडणे' याने बाद होतो, तर 'गटार'चा 'नाला' होतो. 'छत' हा शब्दच मुळी लुप्त होतो व त्याचा अर्थ 'गच्ची' असा सांगितला जातो. (तंजावरच्या १८०३ च्या मराठीत 'उधडणे' म्हणजे फरारी होणे, हे चाणाक्ष वाचकांना आठवेल. तसेच 'छत' या शब्दाची 'गच्ची' या अर्थाची पाळेमुळे तंजावरी मराठीत आहेत, हेही लक्षात येईल.) तसेच प्रत्येक 'सुट्टी'ची 'रजा' होते. 'केर'च्या जागी 'कतवार' येतो, तर कधी 'कुडा' येतो. 'ऊ'ची 'उकूत' होते, तर 'डास'चा सहजपणे 'मच्छर' होतो. 'पूर' ऐवजी 'बाढ', 'तळे' ऐवजी 'तालाब', 'लाट' ऐवजी 'लहर', 'दुष्काळ' ऐवजी 'सूखा' हे पर्याय हिंदीचा परिणाम दाखवणारे. हिंदीमुळे 'मंदिर' शब्द 'देऊळ' शब्दाला तडीपार करतो, तर 'वळण'ला 'मोड' व 'गर्दी'ला 'भीड' तडीपार करतात. 'गर्व' या मराठी शब्दातली दोषास्पदतेची छटा जाऊन तो 'अभिमान' या अर्थी गुणदर्शी होतो. अनेक वाक्प्रचार टिकून राहत नाहीत.

'गुजरातमधले मराठी भाषक घरी व नातेवाइकांमध्ये मराठी वापरतात' किंवा 'कलकत्त्यामधले मराठी भाषक घरी मराठी वापरतात', या विधानांचा अर्थ यातून समजू शकेल. दोन-तीन भाषा वापरणारा समाज हा भाषांना कप्पेबंद करू शकत नाही. वाक्यरचना दीर्घकाळ सुरक्षित राहिल्या, तरी ध्वनी व शब्द यांवरचे आक्रमण नकळत पण निश्चित असते. पण मराठीवर इंग्रजीचे आक्रमण होते आहे, असे दुःख व्यक्त करणारे मात्र, बिचाऱ्या मराठी भाषकांचे इंग्रजीही शुद्ध नसते, याने व्यथित होत नाहीत. संपर्काची परिणती मिलाफामध्ये होते, हे सामाजिक भाषाविज्ञानातले एक सत्य आहे. सरमिसळ होऊ दिली नाही, जाणीवपूर्वक टाळली; तर दोनपैकी एक भाषा विनाकारण संकुचित होऊन मृतप्राय होण्याचा धोका असतो. सुदैवाने भारतासारख्या देशात एकंदरच सैलपणा व खपवून घेण्याची वृत्ती यांचा प्रभाव असल्याने भारतातील बहुभाषिक समाजात हा धोका उरत नाही.

१) स्वयंपाकघर : भांडी, धान्य, मसाले आणि भाज्या (१०४ शब्द), २) घर व घराचे भाग, कपडे आणि इतर (७७ शब्द), ३) रंग (२३ शब्द), ४) पाणी : पाणीपुरवठा, चव, पाऊस इत्यादी (६० शब्द), ५) दैनंदिन जीवन : व्यवसाय, लोक, रस्ते, सामाजिक संस्था (८० शब्द) व ६) भाव-भावना : दृष्टिकोन, मानसिक गुण-दोष (१२९ शब्द) असे एकूण ४७३ शब्द तपासले. वस्तू दाखविणे, अर्थ विचारणे, वाक्यात उपयोग करून घेणे, वाक्याचा अर्थ विचारणे, वाक्यातील वर्णन करणाऱ्या शब्दसमूहाबाबत एक शब्द देणे वगैरे तंत्रे

वापरून ही चाचणी घेतली.

७५ ते १०० टक्के भाषकांना न येणाऱ्या शब्दांना 'अस्तंगत' गटात घातले, ५१ ते ७० टक्के भाषकांना न येणाऱ्या शब्दांना 'ढळलेले' या गटात घातले व १७ ते ३० टक्के भाषकांना न येणाऱ्या शब्दांना 'कुंठित' गटात घातले; तर एकूण ४७३ पैकी २३१ शब्द म्हणजे सुमारे ४९% शब्द यामध्ये येतात.

१) अस्तंगत शब्द : उचटणे, डिंगरी, छत, कोळी, सुट्टी, कळवळा, शृंगार, नवल वाटणे, रोखठोक, खोडकर, माथेफिरू, माजोरी, डँबीस, रंगेल, तुटकपणा, गर्व, उडाणटप्पू, जाण, भुणभुण, लेचापेचा, बोळा, दुसऱ्याच्या ओंजळीने पाणी पिणे, मनावर दगड ठेवणे, मन थाऱ्यावर नसणे, अडेलतट्टू. (एकूण २६)

२) ढळलेले शब्द : तबक, करडई (भाजी), वाल, पंचपाळे, लुगडे, पातळ, उसवणे, गटार, ऊ, सदरा, तांबडा, दिवाण, संथ, हलके, दुष्काळ, धरण, कालवा, निर्झर, वाफा, टिपे (अश्रू), महापूर, उथळ, झरा, डबके, डुंबणे, तोंडचे पाणी पळणे, अर्ज, चक्का जाम, कचेरी, पदावनती, भत्ता, पायवाट, मोर्चा, देऊळ, खिसा कापणे, पेटणे, मत्सर करणे, गुदमरणे, तापट, खिन्न, कळा, उद्धट, उद्धटपणा, भाबडा, चावट, हलक्या मनाचा, लबाड, मग्रूर, आतल्या गाठीचा, विघ्नसंतोषी, गळेकापू, तेल ओतणे, पोटात दुखणे, काड्या घालणे, मवाली, खोटारडा, मस्का लावणे, दुबळा, गलिच्छ, भिकार वृत्ती, दुःख गिळणे, (भावना) कोंडणे, अडाणी. (एकूण ६४)

३) कुंठित शब्द : भांडे, फुलपात्र, पळी, चिमटा, चाळणी, गाळणे, हंडा, घागर, करंडा, बादली, उखळ, घासणी, कोबी, फ्लॉवर, ताम्हण, तिखट, घुसळणे, कढवणे, वाफलवणे, रॉकेल, जाते, कढीलिंब, हरबरा डाळ, खसखस, विरजण, गोडेतेल, चवळी (भाजी), सुरण, हरबरा, बिरड्या, कणीक, ऊ, खुंटी, ओटा, केर, खांब, बैठक, सुती, दुपटे, साडी, पायजमा, पोपट, शर्ट, शिवणे, डास, केर काढणे, अंथरूण, भांडेवाली, पांघरूण, लालसर, फिका, फिकट, लालभडक, डाळिंबी, काळपट, चवदार, पूर, प्रवाही, वाहते, घाट, तळे, गाळणे, लाट, साचलेले, कालवा, पाणी पाजणे, पाऊसपाणी, सर, धो-धो, हौद, पोहणे, भोवरा, सिंचन, उडी मारणे, ओळ, कनिष्ठ, पदोन्नती, बाजार, रास्ता रोको, तक्रार, सूचना, धंदा, नोटीस देणे, नोकरी सुटणे, गल्ली, वाट/मार्ग काढणे, नाका, वळण, रस्ता, ओलांडणे, गर्दी, ठार होणे, घसरडा

रस्ता डांबरी रस्ता, दगडफेक, धावपळ, सही ठोकणे, भडकणे, वीरभावना, वैर, भरून येणे, मनमोकळा, कठोर, रुसणे, हट्टी, उदास, संताप, वेडपट, भोळा, काळजी, (स्वभावाने) गरीब, शिष्ट, मायाळू, भाव येणे, गर्विष्ठ, भानगडीचा, अभिमानी, गळेपडू, भरवशाचा, बेभरवशाचा, समर्थ, चलाख, क्षुद्र, कुरकुर, रड्या, मैत्रीपूर्ण, मन पालटणे, पश्चात्ताप, भेदभाव करणे, बंधुभाव, आतिथ्यशील, हसरा, कपटी, परका, खुशाल, वाह्यात, मन:पूर्वक, मनमानी, मानपान, मानापमान. (एकूण १४१)

न येणाऱ्या शब्दांचे प्रमाण अहमदाबादच्या मराठी भाषकांत ४१% टक्के आहे, तर कलकत्त्याच्या मराठी भाषकांत ते ४९% टक्के आहे. या वाढत्या फरकाची कारणे बहुधा मराठी-गुजराती व मराठी-बंगाली या भाषांतील वैधर्म्याचा फरक आणि महाराष्ट्र-गुजरात व महाराष्ट्र-बंगाल यांतील भौगोलिक अंतरामुळे होणाऱ्या महाराष्ट्रभेटीच्या वारंवारितेतील फरक ही असावीत. भोपाळमध्ये शब्दावली जरी वेगळी होती, तरी शब्द माहीत नसण्याचे प्रमाण पाहणे उद्‌बोधक ठरेल. हिंदी-मराठी या भाषांत गुजराती, बंगालीपेक्षा जास्त साधर्म्य आहे. भोपाळ, इंदूर, नागपूर, मुंबई यांत सतत संपर्क आहे. साहित्य संमेलने घेण्याइतके भोपाळ व इंदूरचे महाराष्ट्राशी निकटचे नाते आहे. भोपाळच्या मराठी भाषकांमध्ये ७७५ शब्द तपासले; त्यात एकूण १९४ शब्द लहान-मोठ्या प्रमाणात न येणारे निघाले. म्हणजे, हे प्रमाण साधारणपणे २५% टक्के एवढे निघते. भोपाळ २५%, अहमदाबाद ४१% व कलकत्ता ४९% असे हे चढते प्रमाण आहे. वर दिलेली दोन कारणे यात चपखलपणे बसतात. बंगलोर, म्हैसूर येथे म्हणजे कर्नाटकात स्थलांतरित झालेल्या मराठी भाषकांचे सर्वेक्षण केल्यास याबाबत अधिक पक्के निष्कर्ष काढता येतील.

वाक्यरचनेतील वेगळेपणात सातत्य नाही. शब्दांची सामान्य रूपे नेहमीच चुकतात, असे नाही. सुरुवातीला दिलेले भाषित-नमुने पाहिले, तर काय दिसते? मराठी नामांच्या लिंग-वचनात फरक होत चाललेला दिसतो. खात्री नसेल तर नपुंसकलिंग वापरण्याची प्रवृत्ती दिसते. मराठी उत्तरयोगींच्या बाबतीतही फरक पडलेला दिसतो. बंगालीतील 'स'चा अभाव मराठीवर कधी कधी नकळतपणे लादला जातो; मात्र 'स'चे पूर्ण उच्चाटन होते, असेही नाही.

संस्कृतीच्या संदर्भात भाषेचे महत्त्व परिघावरचे असते, असे आतापर्यंत केलेल्या विश्लेषणावरून स्पष्ट व्हावे. भाषेपेक्षा वागण्याचे, सण-समारंभ साजरे करण्याचे रीतीरिवाज, भोजन, पोशाख, आगत-स्वागत यांच्या पद्धती आणि

व्यक्ती म्हणून घरात व घराबाहेर वागण्याच्या सवयी हा संस्कृतीचा भाग अधिक महत्त्वाचा ठरतो. विवाहसंबंधास नकार देणाऱ्या भाषकांच्या कारणमीमांसेतून हे स्पष्ट होते. या गोष्टीत फरक नसल्याने किंवा ते फरक दूर करता येतील असे वाटल्याने विवाह-संबंधास अनुकूल असणारे मराठी भाषक जसे आहेत, तसेच या गोष्टींमुळेच त्याला प्रतिकूल असणारे मराठी भाषकही तेवढेच आहेत. प्रांतीय स्तरावर जात हा विवाहसंबंधात महत्त्वाचा घटक असतो. राष्ट्रीय स्तरावर मात्र केवळ जात समान असून भागत नाही; तेथे जातीपेक्षा प्रांत अधिक बलवत्तर ठरतो. आंतरराष्ट्रीय स्तरावर जात व प्रांत दोन्ही कमजोर ठरून धर्म किंवा वंश हे अधिक बलवत्तर ठरतात की काय, हे पाहायला हवे.

* * *

.८.

-०-

उत्तर अमेरिका

उत्तर अमेरिकेतील (यू. एस. ए. व कॅनडा) महाराष्ट्र मंडळाशी संबंधित असणाऱ्या पालकांच्या मुलांचे मराठी अध्ययन सुधारण्यासाठी काय करता येईल यासाठी १९९१ च्या मे आणि जूनमध्ये मी तेथे गेलो होतो. सहा आठवड्यांच्या वास्तव्यानंतर तेथील मराठीच्या अध्ययन-अध्यापनासंबंधीचा एक रिपोर्ट मंडळाला दिला आणि परत आल्यावर सहा महिन्यांनी मराठीचा एक नवीन अभ्यासक्रम तयार करून दिला. प्रत्येक मंडळात पाच ते दहा मुले असायची. दर आठवड्यातून किंवा दर पंधरवड्यातून सुट्टीच्या दिवशी म्हणजे शनिवारी व रविवारी मराठीचा वर्ग दोन तास चाले. ज्याला वेळ आहे, अशी कोणतीही प्रौढ व्यक्ती मराठी शिकवे. मराठी शिकवायचे म्हणजे बालभारतीची मराठीची पहिली व दुसरीची पुस्तके वापरून लेखन-वाचन शिकवायचे. मराठी वर्गाचे स्वरूप हे असे. यातील दोष उघड होते. मराठी भाषक समाजात वाढणाऱ्या मुलांना मराठी शिकविण्यास— लेखन, वाचन — बालभारतीची पुस्तके उपयुक्त; पण इंग्रजी भाषक समाजात वाढणाऱ्या मराठी आई-बापांच्या मुलांना थेट लेखन, वाचन शिकवण्यात अध्यापनपद्धतीच सदोष होती. आपल्यावर मराठी समाजात वाढताना जे संस्कार झाले, तेच आपल्या मुलांवर अमेरिकेतही व्हावेत, असा आग्रह धरणारे पालकच आपल्या मुलांना या वर्गात आणत. मग संस्कारांचा भाग म्हणून रामायण-महाभारतातल्या गोष्टी, मनाचे श्लोक, अथर्वशीर्ष यांचे पठण होई. पुस्तकातले वास्तव आणि या मुलांचे अमेरिकेतले वास्तव यात प्रचंड तफावत असल्याने या मुलांना मराठी शिक्षण जाचक व असंबद्ध वाटे. बालभारतीतल्या आई-वडलांचा पोषाख, घराबाहेरचा परिसर, भाज्या, धान्ये, फळे, रस्त्यावरचे प्राणी, घराच्या परिसरातील अनेक मित्र-मैत्रिणी हे सर्वच अपरिचित म्हणून अचंबित करणारे.

तास झाल्यावर सात-आठ मुलांमध्ये खेळायला मिळावे, याच आनंदासाठी बहुतेक मुले वर्गाला येत. गणपती उत्सव, संक्रांत, दिवाळी यांसारखे सण एक दिवस ठरवून साजरे होत.

मराठीच्या वर्गांना घेऊन येणाऱ्या पालकांची स्वभाषा, स्वदेश, देशान्तरामुळे स्वीकारलेला भिन्न देश, भाषा, संस्कृती याबाबतची मनोभूमिका काय आहे याचे मला कुतूहल वाटू लागले. उपलब्ध कुटुंबांतील व्यक्तींशी स्नेहाचे संबंध प्रस्थापित करून, त्यांच्याशी संवाद साधून फावल्या वेळात भाषा, समाज व संस्कृती याबाबतची त्यांची वृत्ती शोधण्याचे मी ठरवले. टोरोन्टो, ओटावा, न्यूयॉर्क व न्यू जर्सी, वॉशिंग्टन, शिकागो आणि लॉस एंजिलिस अशा एकूण सात ठिकाणी बेचाळीस संभाषण सत्रे घेता आली. सामाजिक भाषाविज्ञानाच्या दृष्टीने यातून काय गवसले, हे पाहणे उद्‌बोधक ठरेल.

टोरोन्टोमध्ये महाराष्ट्र मंडळातील सभासद हे दीर्घकाळचे स्नेही, बारीकसारीक गोष्टीत एकमेकांना मदत करणारे, सल्ला देणारे. पुण्या-मुंबईतल्या स्त्रियांच्या भिशीच्या रिवाजाप्रमाणे दर महिन्याला एकाच्या घरी जमणारे. एरवी पाश्चात्त्य अन्नपदार्थ खात असले, तरी भेटीच्या दिवशी खास महाराष्ट्रीय अन्नपदार्थ खाणारे. बहुतेक सर्व उच्च मध्यमवर्गीय. बहुतेकांचे आई-वडील, काका, मामा, भाऊ, बहिणी भारतात असणारे, त्यांच्याशी नित्य संबंध ठेवणारे. प्रमाण मराठी बऱ्यापैकी जाणणारे व बोलणारे. मात्र मुले जास्त करून इंग्रजी वापरतात. भाषा, संस्कृती वगैरे शिकविण्याच्या आई-वडलांच्या धडपडीला त्यांचा विरोध नाही; पण ती धडपड स्वत: करण्यात त्यांना रस नाही. कॅनडियन समाजाशी एकरूप होण्याच्या प्रयत्नात एका गृहस्थांनी कॅनडात जन्मलेल्या व वाढलेल्या आपल्या मुलाचे लग्न कॅनडियन मुलीशी केले. तिला सून म्हणून भारतीय पद्धतीने स्वीकारले; पण नवरा-नणंद-सासू-सासरा-दीर या कुटुंबरचनेत ती रमेना. आचार-विचार, धार्मिक रूढी यांबाबत हे मराठी कुटुंब सहिष्णु. पण त्यांच्या म्हणण्याप्रमाणे त्यांची कॅनडियन सून ही ज्यू— कट्टर धर्मवादी. शेवटी सुनेने घटस्फोट घेतला. मुलगा कोशात गेला. आपले काय चुकले, या संभ्रमातच हे कुटुंब राहते.

मुख्य समाजसंस्कृतीत मिसळण्याची आणखी तीन उदाहरणे आढळली. वर्ल्ड बँकेत नोकरी केलेले वॉशिंग्टनचे गृहस्थ कोकणातून अमेरिकेत आले. गृहस्थ मोकळ्या मनाचे आणि मित्र-परिवारप्रिय. तरुणपणी ऑफिसातून घरी जात असता एक सुंदर इटालियन तरुणी दिसली. 'माझ्याशी लग्न करशील का?' असा थेट प्रश्न विचारल्यावर तिनेही 'हो' म्हटले. ख्रिश्चन पद्धतीने लग्न

केले. वीसेक वर्षे सुखाने राहिल्यावर ती निवर्तली. तिचे शव जिथे पुरले, तिथेच आपले शव पुरण्याची तरतूदही त्यांनी केली. कोकणप्रेम व मित्रपरिवार शेवटपर्यंत राखला. हे गृहस्थ धार्मिक व सांस्कृतिक दृष्ट्या अनाग्रही होते. व्यक्तिगत संबंधांवर त्यांचा जास्त विश्वास होता. ते महाराष्ट्र मंडळात जात, तसेच गुजराती मंडळातही जात. मात्र अमेरिकन श्वेतवर्णीय समाज त्यांच्यापासून दूरच राहिला.

पुण्याच्या नारायण पेठेत वाढलेला एक तरुण इंजिनिअर नोकरीनिमित्त जपानला गेला. जपानी मुलीशी लग्न केल्यावर तिच्या आग्रहाखातर कॅनडात गेला. ओटावात स्थायिक झाला. त्याची मुलगी जपानी वळणाची. घरी सासूचे वास्तव्य; मराठी आई मात्र कधी राहिली नाही. मराठी माणसांशी संपर्क ठेवणे तो कटाक्षाने टाळतो. माझ्या कॅनडियन मित्राशी तो प्रेमाने, अदबीने बोलत होता— माझ्याकडे पूर्ण दुर्लक्ष करून. श्वेतवर्णीयांनी त्याला कामापुरते स्वीकारले, पण फार जवळीक करू दिली नाही.

रॉचेस्टरजवळच्या गावात १९५० च्या सुमारास स्थायिक झालेले एक मराठी उदारमतवादी कुटुंब. महाराष्ट्र मंडळाचे आकर्षण नसणारे. श्वेतवर्णीय व भारतीय या दोघांशीही फक्त औपचारिक संबंध राखणारे. साहित्य, शास्त्रीय संगीत यांची आवड असणारे. मोठ्या मुलीने अमेरिकन मुलाशी लग्न केले. वीस वर्षे संसार केल्यावर विभक्त झाले. 'वीस वर्षे हाच काळ दीर्घ होता.' अशी आई-वडलांची प्रतिक्रिया, अमेरिकन समाजात पूर्णपणे न मिसळता अमेरिकन सामाजिक रीतीरिवाज सहजपणे स्वीकारणारे हे कुटुंब.

या तीनही उदाहरणांत मराठी माणूस प्रमुख समाजाशी मिळवून घेणारा, त्यात विलीन होण्यास उत्सुक असणारा असा आहे. उलट, महाराष्ट्र मंडळातील बहुसंख्य सभासद आपली संस्कृती टिकवून ठेवण्याच्या प्रयत्नात असणारे असे होते. प्रमुख समाजात विलीन होण्याची वृत्ती आणि प्रमुख समाजात स्वत:ची वेगळी ओळख जपण्याची वृत्ती— अशा दोन्ही वृत्ती स्थलांतरित समाजात असतात. भाषेप्रमाणे समाजातही बदल आणि स्थितिशीलता या दोन शक्ती कार्यरत असतात. भाषा सहजासहजी बदलत नाही, पण कालौघात ती संथपणे बदलते. परदेशवासी अल्पसंख्य समाजही— खरे म्हणजे कोणताही समाज— बदल आणि स्थितिशीलता भाषेप्रमाणेच दाखवतो.

समाजात घडणारे हे बदल भाषेतही दिसतात. मराठी शिकणाऱ्या अमेरिकेतील मराठी माणसांच्या शाळकरी मुलांबरोबर मी मराठीत बोलत असे. अन्न, वाहने, खेळ, कपडे, बाजार, दिनक्रम, नातेवाईक, शाळा व सुट्ट्या हे नित्याच्या

जीवनातील विषय प्रामुख्याने आमच्या बोलण्यात येत. या विषयांवर मराठीत बोलताना त्यांनी वापरलेले इंग्रजी शब्द असे :

अन्नपदार्थ : कूकी, पटॅटो-चिप्स, केक, हॉट डॉग्ज, जूस, सॅण्डविचेस, पिझ्झा, डो नट्स.

वाहन : लायसन्स, ड्रायव्हिंग, हायवे, स्पीड, गॅस, ट्रॅफिक लाइट्स सबवे, टोकन्स, स्टेशन.

खेळ : बेसबॉल, पिचर्स, बेसेस, कॅच, फेअर बॉल, स्ट्राइकर, कॅचर, हिटर

कपडे : सॉक्स, शर्ट, जीन्स, जॅकेट, अंडरवेअर, स्वेटर, शॉर्ट्स

बाजार : शॉपिंग मॉल, क्रेडिट कार्ड, क्राऊड, चेंज, कॅशिअर, मॅनेजर.

दिनक्रम : शॉवर घेणे, ब्रेकफास्ट, लंच, रीडिंग, वॉचिंग टी. व्ही. गोइंग टू बेड

नातेवाईक : अंकल, ऑन्ट, ब्रदर, मॉम्, डॅड, वेडिंग्ज्

शाळा : पीरिअड्स, स्पेअर पीरिअड्, डे ट्रिप्स.

सुट्ट्या : ईस्टर, ईस्टर एग्ज्, चॉकलेट बनीज, मदर्स डे, फादर्स डे, व्हिक्टोरिया डे, कॅण्डल डे, लेबर डे, थँक्स गिव्हिंग, ख्रिसमस, प्रेझेन्ट्स, पार्टी, टर्की डिनर, गिफ्ट्स

यांतील बऱ्याच शब्दांना मराठी प्रतिशब्द नाहीत, कारण त्या गोष्टी परिसर व संस्कृतिबद्ध अशा आहेत.

वर्ल्ड बँकेत काम करणारे, फ्रेंच स्त्रीशी विवाह केलेले गृहस्थ मराठी समाजाविषयी काय म्हणाले? मराठी समाज हा कोणताही बदल नाखुशीने स्वीकारतो किंवा हताशपणे स्वस्थ बसतो. त्याला मानसिक आळस असतो. आपण पाश्चात्त्यांच्या प्रगतीने थक्क होतो, पण ती आपल्याला झेपत नाही. इथे येणारे लोक तिकडे (भारतात) गांजलेले असतात. येणाऱ्यांवर न येणारे टीका करतात. आलेल्यांपैकी ७० टक्के लोक 'चुकलो' या भावनेत असतात. त्यांना अपराधीपणाची भावना असते.

त्यांना आणि त्यांच्या डॉक्टर मित्राला अमेरिका प्रगत वाटते. इथे येण्यात बुद्धीचे चीज झाले, ही भावना. भारतातली मराठी माणसे अमेरिकन जीवनाबद्दल फक्त नकारात्मक विचार करतात, असा त्यांचा आरोप. परंपरा जपली पाहिजे, पण प्रगतीही केली पाहिजे, असे त्यांचे मत. पण याबाबत सविस्तर चर्चा करताना दोघे गोंधळलेले. आपण अमेरिकेत पैशासाठी आलो, हे मान्य करायला

दोघांना जड जाते. सुरुवातीला 'आपल्याला परत जायचे आहे' ही भावना होती; मात्र वीस वर्षांनंतर याबाबत निश्चितता नाही.

न्यूयॉर्क, वॉशिंग्टन येथील तरुण मुला-मुलींशी संवाद करताना एक नवीनच दृष्टिकोन पुढे आला. या मुलांना महाराष्ट्र मंडळ हे बरोबरीच्या मुलांबरोबर 'शेअर' करण्यासाठी हवे असते; मराठी शिकण्यासाठी नव्हे. त्यांची मुले—म्हणजे तिसरी पिढी—मराठी शिकणार नाही, हे त्यांच्या दृष्टीने नक्की. अनेकांना मराठीपेक्षा भारतीय 'आयडेंटिटी' हवी आहे. आपले 'रूट्स' कुठे आहेत, हे कळायला हवे आहे.

बहुसंख्याकांच्या समाजातील अल्पसंख्यांचा छोटा समाज जर मोठ्या पण परकीय समाजात विलीन झाला नाही, तर त्याला स्वतःच्या आयडेंटिटीची गरज वाटते. आपण इथले नाही, आपण यांचे नाही; तर मग आपण कुठले? आपण कोण? हे प्रश्न त्यांना सतावतात. झुंपा लाहिरींच्या 'नेमसेक'मधील प्रश्न हा बंगाली आयडेंटिटीचा आहे आणि असा प्रश्न दुसऱ्या किंवा तिसऱ्या पिढीतील स्थलांतरितांना पडतो, हे एक वास्तव आहे.

आपले रीतिरिवाज, आपल्या सवयी, आपले सामाजिक समारंभ व सण हे सर्व टिकवून ठेवणे म्हणजे स्वतःची आयडेंटिटी राखणे, असा काहींचा समज दिसला. त्यासाठी मराठी भाषेची गरज नाही. बरीचशी मुले महाराष्ट्राबाबत इंग्रजीतूनच माहिती घेतात. मराठी शिकून ती बाहेर वापरता येणार नसेल, तर त्या शिक्षणाचा उपयोग काय? असा प्रश्न शिकागोतल्या दोन तरुण मुलांचा होता.

न्यू जर्सी, वॉशिंग्टन येथील कुटुंबांनी शेजाराबाबत माहिती दिली. शेजारी जर अमेरिकन असेल आणि त्यांनाही मुले असली, तर मुलांमार्फत संबंध येतात; अन्यथा शेजाऱ्यांशी संबंधच नाहीत. नाशिकहून मुलाकडे आलेल्या एक आजी शेजारसंबंधाबाबत आसुसल्या होत्या. त्यांच्याशी बोलायला कुणीच नव्हते. मुलगा डॉक्टर व स्वतःच्या नातेवाइकांना तुच्छ लेखणारा. आईच्या प्रत्येक मराठी सवयीबाबत तो कडवटपणे बोले. सून चांगली, पण नवऱ्याने सांगितलेली कामे करण्यात सतत व्यग्र. नातू शाळेत जाई व संध्याकाळी वडील त्याची शिकवणी घेत. आजी या एकटेपणाला कंटाळलेल्या. 'मला इथे तुरुंगात ठेवल्यासारखं वाटतं', असं त्या म्हणाल्या. मुलाला त्या एवढ्या घाबरत की, नाशिकच्या त्यांच्या नातेवाइकांना, शेजाऱ्यांना त्यांनी माझ्याकडे गुप्तपणे पत्रे दिली.

शिकागोचा हा कडक डॉक्टर बुद्धिमान होता, पण अहंमन्य होता. मला

नेण्यासाठी त्यांच्याच वयाचा एक मराठी माणूस आला. आम्ही दोघे बाहेर पडलो. "तुम्ही आत का आला नाहीत?" असे विचारल्यावर ते गृहस्थ म्हणाले, "आज निदान डॉक्टरांच्या घरापर्यंत तरी आलो, तुम्ही होतात म्हणून. एरवी ते ओळखही देत नाहीत." मी आश्चर्याने विचारले, "का?" ते म्हणाले, "कारण मी कनिष्ठ मध्यमवर्गीय आहे. डॉक्टर उच्च मध्यमवर्गीय आहेत. आम्ही अपार्टमेंटवाले; ते बंगलेवाले. आमच्याशी संबंध ठेवण्यात त्यांना कमीपणा वाटतो." महाराष्ट्र मंडळातील मराठी सभासदांच्या छोट्या विश्वातही अहंमन्यता किवा 'स्नॉबरी' असणारे असे दोन नमुने मला आढळले. बहुसंख्य समाजात मिसळण्याचे तर सोडाच, पण स्वत:च्या अल्पसंख्य समाजातही फारसे संबंध प्रस्थापित होऊ न देणारे हे दोन नमुने पाहिल्यावर भाषिक किंवा सांस्कृतिक एकसंधता जमेस धरणे, भाषिक समाज अशी एक सुटसुटीत संकल्पना गृहीत धरणे, यातील धोके लक्षात येतात.

वॉशिंग्टनमध्ये विद्यापीठात शिक्षण घेणाऱ्या एका मराठी तरुणीशी संवाद झाला. आपातत: बहुसंख्य गोरे अमेरिकन हे विविध 'सिस्टीम्स' पाळतात, असे वाटते. समानता व व्यक्तीची प्रतिष्ठा या दोनही गोष्टी सामाजिक 'सिस्टीम्स'मध्ये असल्याचा दावा केला जातो. पण या मुलीला ही समानता खोटी वाटते. ब्लॅक आणि व्हाईट यातली असमानता अद्यापही आहे. तेथे सांस्कृतिक भेदभाव केला जातो. आशियाई लोकांना अमेरिकेत 'ब्राऊन' म्हटले जाते. खूप प्रच्छन्न असा भेदभाव त्यांच्याबाबतही केला जातो, असे ही तरुणी म्हणाली.

वॉशिंग्टनमध्ये एक वृद्ध जोडपे भेटले. आजोबा साताऱ्याचे. आजी दिल्लीत वाढलेल्या. लग्न झाल्यावर आजी प्रथमच परदेशी आल्या. पहिली पाच वर्षे त्यांना इंग्रजी मुळीच समजत नव्हते. दिल्लीत घरी मराठी व बाहेर हिंदी. ऐकून-ऐकून इंग्रजी येण्याची संधी अमेरिकन समाजात कमी, कारण तसा सामाजिक संपर्क होतच नाही. ना नोकर, ना दुकानदार, ना उत्सव. मॉलमध्ये नवरा बोले. - तिथेही बोलणे कमीच. टी. व्ही. समजत नसे. आसपासचा शेजारपाजार, मुले यांचाही संपर्क नाही. मुली शाळेत शिकू लागल्यावर त्यांच्याकडूनच आजी इंग्रजी शिकल्या. दोन्ही मुलींनी अमेरिकन मुलांशी लग्ने केली. आजींच्या दृष्टीने जावई समजूतदार - महाराष्ट्रीय अन्न खातात. ते जेवताना काटेचमचे वापरतात, पण आजी हाताने जेवतात आणि त्यामुळे जावयांना विचित्र वगैरे वाटत नाही. जावयांना मराठी येत नाही; मुली त्यांच्या घरीही इंग्रजी वापरतात, त्यामुळे नातवंडांना मराठी येण्याचा प्रश्नच नाही. कुटुंबातील माणसे आणि घरकामाकडे

नीट लक्ष दिले, तर कुठल्याही देशात समाधानाने राहता येते, असे आजींचे मत. तथाकथित सांस्कृतिक वा सामाजिक सोहळे प्रत्येक माणसाला लागतातच, असे नाही. स्वत:च्या जावयांचा आणि नोकरीतील अमेरिकन सहकाऱ्यांचा आलेला अनुभव लक्षात घेता, आजोबांना अमेरिकन लोक भारतीयांपेक्षा जास्त मनमोकळे व सच्चे वाटतात. सामाजिक संबंध ठेवण्यात भारतीय माणसे फार हिशेबी व सावध असतात, असे त्यांचे मत. भारतीय माणसांना भीती फार वाटते आणि ती खूप भिडस्तही असतात. मनमोकळेपणा आणि भिडस्तपणा या सामाजिक संबंधांत परस्परविरोधी शक्ती आहेत, असे आजोबांच्या दीर्घ चर्चेवरून जाणवले.

काही वर्षे जर्मनीत नोकरी करून गेली सात वर्षे अमेरिकेत असलेल्या एका मराठी कुटुंबातील मुलांना मराठी ऐकणे व बोलणे यात अडचण वाटत नाही. पण मराठी लेखन-वाचन अवघड वाटते. याचे कारण लिपी. बहासा-इंडोनेशियन भाषेने रोमन लिपी स्वीकारल्याने परभाषकांना लेखन-वाचन करणे सोईचे जाते. मराठीत रोमन लिपी वापरल्यास महाराष्ट्राबाहेर मराठी लेखन-वाचन शिकणाऱ्यांना ते सोपे होईल, असे त्यांना वाटते. मराठीतील ऱ्हस्व, दीर्घ अक्षरांमुळे लिहायचा फार कंटाळा येतो, असे ही मुले म्हणाली, —दुर्दैवाने महाराष्ट्र मंडळातील मराठी वर्गात अध्ययनाची सुरुवातच मुळी अक्षर-ओळखीने होते. इंग्रजीत एवढे वाङ्मय असताना मराठी वाचायची गरजच काय, असा प्रश्न या मुलांचा होता. त्यांना घरी वडलांनी पु. ल. देशपांडे, अरविंद गोखले वगैरेंच्या कथा वाचून दाखवल्या होत्या. मराठी नाटकांच्या व्हिडिओ कॅसेट्ससुद्धा त्यांना दाखवल्या होत्या. मराठी साहित्यासाठी मराठी वाचन शिकायला आवडेल का, या प्रश्नावर ही मुले फक्त मिश्किलपणे हसली. यातील एका मुलाचे नाव 'अद्वैत' असे होते. अमेरिकन वर्गमित्र आणि इतर लोक त्याचा उच्चार 'ॲड्वाइट्' करतात, याचे त्याच्या आई-वडलांना वैषम्य होते. आपण जर्मन लोकांप्रमाणे आपल्या नावाचा योग्य उच्चाराचा आग्रह धरला पाहिजे, असे त्यांचे मत. अमेरिकन लोक परभाषा शिकण्यास फारसे उत्सुक नसतात, असे त्यांना वाटे. कारण इतरांची भाषा शिकण्याची गरजच त्यांना नाही. त्यांच्यातले काही अकॅडमिक एक्सरसाईज म्हणून इतर भाषा शिकतात. आपण अमराठी अमेरिकनांच्या खराब मराठीचेही वृत्तपत्रातून जाहीरपणे कौतुक करतो!

डिपार्टमेंटल स्टोअरमध्ये काम करणारी १९ वर्षांची एक मुलगी लॉस एंजिलिसला भेटली. ती उत्तम मराठी बोलत होती. गणपती अथर्वशीर्ष लहानपणापासूनच तिला येत होते. मराठी वाचन करत नाही. लेखनाची मजल

आई-वडलांना चिठ्ठी लिहिण्याइतकी. तिच्या चुलत भाऊ-बहिणी, मामे भाऊ-बहिणी महाराष्ट्रात. समान वयोगटातल्या महाराष्ट्रातील तरुण मुला-मुलींविषयीची तिची निरीक्षणे महत्त्वाची वाटली. मराठी असली तरी पेहेरावात ती पूर्ण अमेरिकन होती. अमेरिकन मुले जास्त 'थिंकिंग' करतात, असे ती म्हणाली. भारतीय मुले शाळा संपल्यावरही घरात राहून शिकतात याचे तिला आश्चर्य वाटे. स्वत:चे वडील संपन्न असले तरी ती काम करून पैसे मिळवते व शिकते. तिच्या मामेबहिणीने भारतात पळून जाऊन लग्न केले, याचा मोठा 'इश्यू' झाला. तिला स्वत:ला हे 'फनी' वाटते. 'तो लहान आहे रे', ही मराठी माणसांची महाराष्ट्रातील वृत्ती तिला आवडत नाही; अपमानास्पद वाटते. तिच्या चुलत भावाला 'एम् एस्' करायचे की 'एम्. डी.', हा निर्णयही घेता येत नव्हता, हे तिला विचित्र वाटले. 'वैशालीत जा व धमाल करा' हा पुण्यातील आई-वडलांनी नियंत्रित केलेला मुलांचा आनंद व्यक्त करण्याचा प्रकारही तिला विचित्र वाटतो.

लॉस एंजिलिसमधल्या मला भेटलेल्या पालकांना मात्र आपली 'प्रोटेक्टिव्ह' वृत्ती समर्थनीय वाटते. आपण येथे अल्पसंख्य आहोत, हे त्यांच्या मते विसरता कामा नये. शिक्षणाला प्राधान्य देऊन शिक्षणावर मुलासाठी पैसा खर्च करण्यात गैर काही नाही. घरी राहूनच मुलांना अभ्यासाच्या सवयी लागतात. अमेरिकन मुलांपेक्षा भारतीय मुले शिक्षणात पुढे व वरच्या स्तरावर आहेत याचे श्रेय भारतीय मानसिकतेलाच द्यायला हवे, असे त्यांना वाटते.

गाण्याची आवड असणारे व सुधीर फडक्यांच्या भावगीतांचा कार्यक्रम करणारे एक गृहस्थ लॉस एंजिलिसमध्ये भेटले. तिसरीतील त्यांचा मुलगा स्वच्छ मराठीत बोलतो. आई-वडील घरात इंग्रजी कधीच वापरत नाहीत. दोन वर्षांतून एकदा मुलगा मामाकडे मुंबईला जातो. चेंबूर ते फोर्ट हा प्रवास लोकल किंवा बसने करतो. त्याच्या अमेरिकन शाळेत तीन-चार मराठी मुले आहेत. ही मुले मराठीचा वापर 'गुप्त भाषे'सारखा करतात. महाराष्ट्र मंडळे ही मराठी शिकवण्यापेक्षा मराठी माणसांनी एकत्र येऊन आपल्या अडी-अडचणी 'शेअर' करण्याची, ती सोडविण्यात हातभार लावण्याची केंद्रे आहोत, असे त्यांचे मत. पालकांनी मनावर घेतले तर मराठी टिकते, हा त्यांचा ठाम विश्वास.

महाराष्ट्र मंडळाच्या वर्षाआड येणाऱ्या 'कन्व्हेशन्स' ना अनेक मराठी कुटुंबे लांबून लांबून येतात. पूर्वी एका शहरात असणारी, पण आता एकमेकांपासून दूर असलेली माणसे या निमित्ताने भेटतात. पण मराठी भाषा, मराठी साहित्य यात नव्या पिढीला गम्य नसते. न्यूयॉर्कमध्ये १९९० पर्यंत नियमितपणे दर वर्षी

तिथले कलाकार मराठी नाटके बसवीत. कन्व्हेन्शनला ती आवर्जून जात. हळूहळू हा उत्साह ओसरला. वॉशिंग्टनच्या मंडळाने त्या सुमारास कानेटकरांचे नाटक 'मला काही सांगायचंय्' बसवले होते. त्यात जिच्यावर अन्याय झाला आहे, अशा एका न्यायाधीशाच्या सुनेचे काम स्थलांतरितांच्या दुसऱ्या पिढीतील— म्हणजे अमेरिकेतच जन्मलेल्या व तेथेच वाढलेल्या— एका १८ वर्षांच्या मराठी मुलीने केले होते. तिला मी नाटकाच्या थीमविषयी विचारले. तिला सर्व नाटकच तकलादू व सामान्य प्रश्नाचा बाऊ करणारे वाटले. मी तिला काम करताना कसे वाटले, असे विचारले. तिचे उत्तर असे की, ती भूमिका करायला तीच योग्य आहे, असे मंडळातल्या सभासदांना वाटले. मराठी बऱ्यापैकी येत असल्याने मंडळाचे काम म्हणून तिने ते स्वीकारले. संवाद पाठ केले व म्हटले. नाटकाचा विचार करावा, असे त्यात तिला काही मिळाले नाही. तरुण पिढीसाठी मराठी नाटक, संगीत याऐवजी त्यांना आकर्षित करेल असा पाश्चात्त्य ढंगाचा वेगळा कार्यक्रम ठेवावा, असा विचार त्या वेळी काहींनी मांडला होता. पण खरे म्हणजे, सांस्कृतिक किंवा साहित्यिक कार्यक्रमासाठी फारसे कोणी येतच नाही. प्रवास, भेटीगाठी, जेवण यासाठी लोक येतात. उपवर मुला-मुलींचे पालक तर वधू किंवा वर शोधायलाही येतात. महाराष्ट्रात जातीवार संमेलने होतात; त्या संमेलनांना हजेरी लावणाऱ्यांच्या मनातही असेच काही हेतू असू शकतील.

स्थलांतरित समाज दोन तऱ्हेचे असतात. एक, मनाविरुद्ध, सक्तीने स्थलांतर करायला लागलेले. उदाहरणार्थ, भारतात १९७० नंतर स्थलांतरित झालेले बांगलादेशी, १९४७ मध्ये पाकिस्तानातून भारतात स्थलांतरित झालेला सिंधी समाज, मध्य-पूर्व देशातील किंवा आफ्रिकी देशांतील आजही स्थलांतरित होणारे समाज वगैरे. दोन, स्वेच्छेने स्थलांतरित होणारा समाज. स्वेच्छेने स्थलांतरित होण्यामागे केवळ व्यक्तीची पसंती हे कारण असेल; तर हे स्थलांतर समूहाने न होता, संथपणे व्यक्ती-व्यक्तीचे असे होते. अमेरिकेतील मराठी समाज हा दुसऱ्या प्रकारात मोडणारा. अर्थात, एखादी व्यक्ती जेव्हा स्वेच्छेने परमुलखात स्थलांतर करते, तेव्हा तिच्याबरोबर येणाऱ्या कुटुंबीयांचे स्थलांतर हे सक्तीचे असू शकते. नाइलाजाने मुलांबरोबर अमेरिकेत स्थलांतरित होणारे वृद्ध आई-बाप हे या प्रकारचे.

राजकीय संघर्षातून सक्तीने स्थलांतरित होणारा समाज हा एका ठिकाणी एकत्र राहतो. कालांतराने तो विघटित होतो, पण तोपर्यंत त्याच्या पुढची पिढी मुख्य समाजाचा भाग बनलेली असते. स्वेच्छेने होणाऱ्या स्थलान्तरात व्यक्ती

एकटी असते; तिचे ठिकाण हे तिच्या कामावर अवलंबून असते. स्थलांतर पलटविण्याचे स्वातंत्र्यही तिला असते. म्हणजे स्वेच्छेने होणाऱ्या स्थलान्तरात ऐहिक सुख-सुविधा चांगल्या असतात. मूळच्या ठिकाणाची, मूळच्या संस्कृतीची, मूळच्या भाषेची ओढ ही माहेरओढ या स्वरूपाची असते. वॉशिंग्टनचे डॉक्टर म्हणूनच 'सुरुवातीला आपण परत जायचे हे पक्के होते' पण 'आता तसे निश्चितपणे म्हणू शकत नाही', असे म्हणतात. माहेरओढ ही तात्पुरती असते; उलट मुलांबरोबर स्थलांतरित झालेले वृद्ध आई-बाप हे सक्तीच्या स्थलांतरितांच्या मानसिकतेचे असतात. त्यात अनिच्छा, स्थल-वियोगाचे दुःख, मूळच्या ठिकाणाची ओढ, मनाची होणारी चडफड, लादलेली सोशिकता यांचा अंतर्भाव होतो.

सक्तीने स्थलांतरित झालेला समूह हा उपजीविकेची साधने शोधण्याच्या धकाधकीत कालांतराने स्वभाषा, स्वसंस्कृती विसरतो. धर्म हा जर श्रद्धेचा, जीवनविषयक दृष्टिकोनाचा भाग असेल; तर मात्र तो टिकून राहतो. अधिक चांगली उपजीविकेची साधने निश्चितपणे मिळणार असतील, तरच स्वेच्छेने स्थलांतरित होणारी व्यक्ती स्थलांतरित होत असल्याने मुख्य समाजात बरोबरीने टिकून राहण्याची ईर्षा तीमध्ये असते. तिची वृत्ती पराभूताची वृत्ती नसते. आपली भाषा, आपली संस्कृती, आपल्या समाजाशी असणारे संबंध ती जपू पाहते व जपू शकते. पण तिच्या मुलाबाळांना मात्र यात संबद्धता दिसत नसल्याने हे जपणे जाचाचे तरी वाटते किंवा ते त्याला बाजूला सारतात. सक्तीच्या स्थलांतरित समाजात पिढ्यान्‌पिढ्या सौहार्द टिकते, त्यातून एक नवीन परंपरा निर्माण होते. स्वेच्छेने स्थलांतरित झालेल्या माणसांमध्ये असणारे दोन पिढ्यांतील ताणतणाव हे सक्तीच्या स्थलांतरित समाजात तीव्रतेने जाणवत नाहीत.

स्वेच्छेने स्थलांतरित होणारा माणूस हा परभाषा, परसंस्कृती स्वीकारतो; त्यांना विरोध करत नाही. स्वत:ची भाषा, संस्कृती नकळतपणे तो एका मर्यादेत बंदिस्त करतो. पिढ्या जशा वाढतील तसतसा हा मर्यादितपणा अधिकाधिक संकुचित बनतो.

कॅनडा, अमेरिकेतील मराठी माणसांच्या भाषेचा, त्यांच्या सामाजिक संबंधांचा विचार करताना स्थलांतरितांच्या मानसिकतेमागची ही कारणे महत्त्वाची ठरतात.

* * *

.९.

-०-

सामाजिक भाषाविज्ञान : सर्वेक्षण आणि सिद्धान्तन

सामाजिक भाषाविज्ञानात समाजातील भाषाव्यवहाराची काही अंगे तपासली जातात. त्यावरून काही सर्वसाधारण प्रवृत्ती, भाषेमध्ये होणारे तात्पुरते बदल, भाषेच्या काही पैलूंचे पुनरुज्जीवन, सामाजिक प्रतिष्ठा व भाषेचा वापर यांतील संबंध, भाषा किंवा बोलीचे पैलू दडविण्याच्या मानसिकतेमधून होणारा भाषाव्यवहार व त्याचा भाषाव्यवस्थेवर होणारा परिणाम यांबाबत निष्कर्ष काढले जातात. यासाठी क्षेत्रीय पाहणी व नमुने गोळा करणे आवश्यक असते. सध्या तरी सामाजिक भाषाविज्ञान याच स्वरूपात आहे. भाषाव्यवहाराची तपासायची अंगे, त्यानुसार करायची पाहणी आणि निष्कर्ष काढण्याच्या पद्धती या तीन गोष्टींतून संशोधनाचा एक आदर्श किंवा नमुना तयार होतो. सामाजिक भाषाविज्ञानात सध्या असे आदर्श प्रस्तावित आणि प्रस्थापित करण्याचे प्रयत्न चालू असलेले दिसतात.

इंदूर, भोपाळ, अहमदाबाद, कोलकता आणि काही प्रमाणात उत्तर अमेरिका येथील सर्वेक्षणांत आणि १९९४ पासून केलेल्या मराठीच्या बोलींच्या सर्वेक्षणात मी आणि माझ्या संशोधक साहाय्यकांनी एक स्वतंत्र आदर्श निर्माण करून वापरल्याचे दिसते. हा आदर्श पूर्वनियोजित होता आणि त्यानुसार सर्वेक्षणे झाली, असे नव्हे. सर्वेक्षणातून हळूहळू तो विकसित होत गेला. उदाहरणार्थ— इंदूरच्या पहिल्या सर्वेक्षणात निश्चित प्रश्नावली नव्हती, तर उत्तर अमेरिकेच्या सर्वेक्षणात निश्चित शब्दावली नव्हती. भाषकांशी संवाद एवढाच भाग सर्व सर्वेक्षणांत सामान्य व गाभ्याचा असा होता.

हा आदर्श कसा मांडता येईल?

१) भाषिक व्यवहाराची अंगे :

क) अल्पसंख्य स्थलांतरित भाषकांच्या परमुलखातील वास्तव्याचा काळ यात लक्षात घेतला आहे. भाषेसंबंधातील भाषकांच्या शिक्षणाची पार्श्वभूमी लक्षात घेतली आहे. भाषकांच्या सांस्कृतिक आवडी-निवडी प्रकट होतील, याकडे लक्ष दिले आहे.

ख) गौणभाषा व प्रधानभाषा यांचा वापर अल्पसंख्य भाषक कोणकोणत्या क्षेत्रांत करतात, हे लक्षात घेतले आहे.

ग) श्रवण, भाषण, वाचन, लेखन व संभाषण या भाषेच्या पाचही कौशल्यांकडे लक्ष पुरविले आहे.

घ) अल्पसंख्य भाषकांची बहुसंख्य भाषिक समाजाकडे पाहण्याची दृष्टी, प्रधानभाषेच्या भाषकांची अल्पसंख्य भाषकांच्या भाषेसंबंधीची दृष्टी, अल्पसंख्य भाषकांची स्वत:च्या मूळच्या भाषेच्या प्रांतातील समाजाकडे पाहण्याची दृष्टी आणि मूळभाषा बोलणाऱ्या समाजाची स्थलांतरितांच्या स्वभाषेबाबतची दृष्टी— या गोष्टी भाषावृत्तींचा शोध घेताना लक्षात घेतल्या आहेत.

२) संशोधन साधने

अ) प्रश्नावली

च) वरील (क) (ख) (ग) (घ) ही उद्दिष्टे लक्षात घेऊन प्रश्नावली तयार केली आहे; पण प्रश्नावलीचे स्वरूप टोकदार प्रश्न व स्पष्ट उत्तरे अशा प्रकारचे नाही. दिलेल्या प्रश्नांच्या आधारे संभाषण करत उत्तरे काढून घ्यायची आहेत.

छ) प्रश्नावली केव्हाही लिखित स्वरूपात वापरायची नाही.

ज) संभाषणातून भाषकाचे स्ववृत्तकथन मिळवायचे आहे.

झ) स्ववृत्तकथनातील उणिवा टाळण्यासाठी मिळालेला निष्कर्ष आडवळणी प्रश्न विचारून पक्का करणे, निष्कर्षाला अनुसरून येणाऱ्या गोष्टींची दखल घेऊन निष्कर्षाच्या पक्केपणाची खात्री करणे आणि संभाषणात अन्य मार्गाने पुन्हा ते निष्कर्ष तपासणे— अशा तीन गोष्टींची तरतूद केली आहे.

(आ) शब्दावली

ट) संभाषणातून उच्चारण, वाक्यरचना यांचे अकृत्रिमरीत्या नमुने मिळत

असले, तरी शब्दावली हा या आदर्शाचा पाया आहे.

ठ) दैनंदिन जीवनाशी निगडित अशा अर्थक्षेत्रातील शब्दांची निवड केली आहे.

ड) प्रधानभाषेतील सांस्कृतिक स्तरावरच्या जाणिवेची प्रत तपासण्यासाठी प्रधानभाषेतील खास शब्दांची शब्दावलीही या आदर्शात वापरायची आहे.

ढ) शब्दावली तपासताना रूपबदल, अर्थबदल, शब्दपर्याय आणि शब्द गमावणे या गोष्टींवर भर आहे.

(इ) संभाषण

त) प्रश्नावलीला पूरक असे संभाषण करायचे आहे.

थ) मात्र प्रधानभाषेच्या समाजाच्या संस्कृतीविषयी आणि स्वभाषा बोलणाऱ्या मूळ प्रांतातील संस्कृतीविषयी भाषकाच्या वृत्तीचा अंदाजही संभाषणातून घ्यायचा आहे.

द) भाषकाशी विश्वासाचे, आपलेपणाचे नाते निर्माण करून त्याला मनमोकळेपणा यावा, हाही संभाषणाचा हेतू आहे.

ध) संभाषणाच्या उद्दिष्टांबाबत संशोधकाने जागे राहायचे असले, तरी संभाषणावर स्वामित्व राखायचे नाही.

३) सर्वेक्षण व विश्लेषणपद्धती :

प) नमुने गोळा करताना कुटुंब हा एकक धरायचा आहे. भाषकांच्या वैशिष्ट्यसाधर्म्यासाठी कुटुंबाचा एकक बाजूला ठेवायचा नाही.

फ) मुलाखती या एकट्याने घेण्याऐवजी संशोधक गटाने घ्यायच्या आहेत. यातून नोंदी करणे सोपे जाते, विशिष्ट गोष्टींवर लक्ष ठेवणे शक्य होते आणि संभाषणात नैसर्गिकता येते. विशेषत: संशोधक गटात स्त्रिया असल्या, तर कुटुंबमुलाखतीतून वृत्ती व सांस्कृतिक बाबी याविषयी प्रत्यक्ष व अप्रत्यक्ष माहिती भरपूर मिळते.

ब) दिवसाअखेरी संशोधक गटाने केलेले अवलोकन आणि प्रत्येक संशोधकाची वैयक्तिक नोंदवही या दोन्ही गोष्टींचा अंतर्भाव नमुन्यांचे विश्लेषण करताना करायचा आहे.

भ) भाषेच्या संपादनाची पार्श्वभूमी, भाषेची क्षमता मोजताना भाषिक कौशल्यांचा विचार आणि भाषा व संस्कृती यांबाबतची वृत्ती, लिंग, वय, शिक्षण

यांच्या अनुषंगाने सांख्यिकी पद्धतीने मोजदाद करायची आहे. पुढे अर्थविवेचन करताना वैयक्तिक अनुभवातून येणारे निष्कर्ष हे सांख्यिकी पद्धतीने येणाऱ्या निष्कर्षांना केवळ पूरक म्हणून वापरायचे आहेत. अर्थात, सांख्यिकी वास्तविकातून निष्कर्ष काढताना आवश्यक असणारा डोळसपणा केवळ व्यक्तिनिष्ठ अनुभवातूनच येतो.

४) निष्कर्ष व सिद्धांत

य) अल्पसंख्य भाषकांच्या भाषेची तुलना प्रमाणभाषेशी करायची आहे.

र) अल्पसंख्य भाषकांचा दृष्टिकोन, त्यांची वृत्ती या गोष्टीसुद्धा तौलनिक पद्धतीनेच शोधायच्या आहेत. एका अर्थी हे कोणत्याही आदर्शात अटळ आहे. मात्र, विश्लेषणातून सांख्यिकी वास्तविकांच्या आधाराने निघणारे निष्कर्ष हे बऱ्याच अंशी स्वतंत्र असतात. त्यांच्या अर्थविवरणात मूळ भाषेच्या— प्रमाणभाषेच्या भाषकांचा दृष्टिकोन डोकावेल.

ल) भाषकांच्या प्रश्नावलीतील व्यक्तिगत नोंदी आणि मुलाखतीच्या नोंदवहीत केलेल्या नोंदी एकत्र केल्यावर सर्वसाधारणपणे आढळणारी वैशिष्ट्ये ही त्या भाषिक समाजाची वैशिष्ट्ये असतील. उरलेली वैशिष्ट्ये ही व्यक्तिनिष्ठ वैशिष्ट्ये असतील. सामाजिकतेचे भाषाविश्लेषण अंग हे असे सरासरी पद्धतीनेच निघेल. संशोधकांच्या गटालाही यथावकाश गटाचा असाच एक दृष्टिकोन येतो.

थोडक्यात, हा आदर्श आकृतिरूपात असा मांडता येईल :

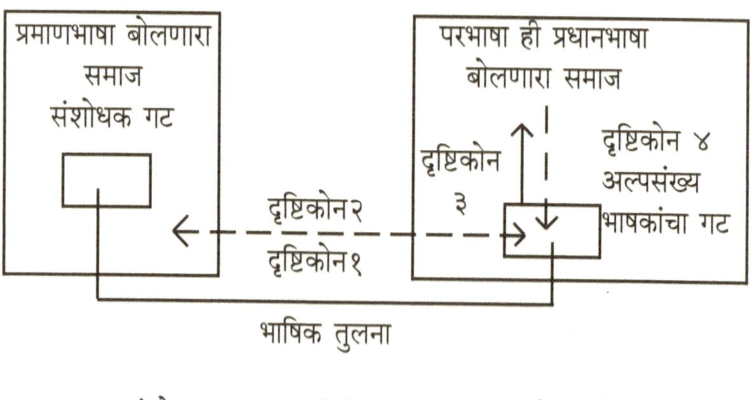

(व) संशोधन करायच्या विशिष्ट बाबींच्या आधारे नमुने व वास्तविके

यांचा संग्रह करणे आणि त्यांचे अर्थविवरण करणे, असे या 'अल्पसंख्य भाषकांची' भाषिक क्षमता व वृत्ती यांचे संशोधन, करणाऱ्या आदर्शाचे स्वरूप आहे. याला सोयीसाठी 'अल्पसंख्य क्षमता-वृत्ती' आदर्श असे म्हणतात.

आज मानवी भाषाक्षमतेची तत्त्वे शोधण्यात सैद्धांतिक भाषाविज्ञान व्यग्र आहे. संगणकातील तत्त्वांशी त्यांची सांगड घालून उरलेल्या गोष्टी भाषेच्या विशिष्ट शब्दसंपत्तीवर सोपवण्याचा त्यात प्रयत्न आहे. उच्चारण आणि कल्पना या गोष्टी भाषिक क्षमतेच्या परिघावरच्या आहेत, असेही काहींना वाटते. त्यामुळे समाज, समाजातील विशिष्ट भाषिक गट, त्या गटातील व्यक्तींची व्यक्तिवैशिष्ट्ये, समाजातील भाषेचा प्रत्यक्ष वापर, भाषेद्वारा होणारी सामाजिक कार्ये, सामाजिक संदर्भात व्यक्ती करत असलेली भाषा, शैली यांची निवड या गोष्टी सैद्धांतिक भाषाविज्ञानात बसत नाहीत. सामाजिक भाषाविज्ञानाने त्या सर्व स्वीकारल्या आहेत. सैद्धान्तिक भाषाविज्ञानाप्रमाणे संरचनावादी-सिद्धान्त किंवा जनसिद्धांत असे सिद्धांत सामाजिक भाषाविज्ञानाने मांडलेले नाहीत. मानवी समाजातील भाषेच्या वापरासंबंधी असा काही सिद्धांत सामाजिक भाषाविज्ञान नजीकच्या भविष्यकाळात मांडू शकेल, अशीही शक्यता नाही. काही उपयुक्त निष्कर्ष आणि परिस्थितीचे विश्लेषण करणारे काही आदर्श ते मांडू शकेल. या दृष्टीने सामाजिक भाषाविज्ञान हे इतर सामाजिक शास्त्रांसारखेच आहे. अवलोकन व वर्गीकरण या प्राथमिक अवस्थेतच आज सामाजिक भाषाविज्ञान आहे.

समाजातील भाषेच्या प्रत्यक्ष व्यवहाराचा सामाजिक भाषाविज्ञानात विचार होतो, असे जरी आपण म्हटले, तरी या व्यवहारामध्ये भाषाव्यवस्थेचे घटकच वापरले जातात. मराठीतील व्यवहारात वापरली जाणारी काही वाक्ये पाहू :

१) आई आज आली. ती खूप थकली होती.

२) माझा वर्गमित्र काल भेटला. खूप खराब झाला होता तो.

३) मला बाबांची आठवण झाली. ते नेहमी सामानाची काळजी घ्यायचे.

४) कशासाठी करतोयस तू हे सारं?

५) आजोबा, तुम्हाला चहा देऊ?

पहिल्या वाक्यात 'माझी' हा शब्द नसूनही बोलणाऱ्याची आई, हे कसे कळते? 'ती' म्हणजे 'आई' हा अर्थ कसा कळतो? दुसऱ्या वाक्यात 'माझा' म्हणजे बोलणाऱ्याचा. पण तो बोलणारा कोणीही असेल. म्हणजे 'माझा' हा कोणीही असेल. मग 'माझा'चा निश्चित अर्थ काय? 'काल' म्हणजे कधी?

कोणत्या ‘आज’च्या आधीचा दिवस? ‘तो’चा अर्थ ‘वर्गमित्र’ असा कोणताही शब्दकोश देणार नाही. ‘काल’ म्हणजे कोणता वार, हेही कोणताही शब्दकोश सांगणार नाही. मग त्यांचे अर्थ कळतात कसे? चौथ्या वाक्यातला ‘तू’ कोण? ऐकणारा हे खरे; पण कोण? ‘हे’ने कशाचा निर्देश होतो? पाचव्या व तिसऱ्या वाक्यांत अनुक्रमे ‘तुम्हाला, व ‘ते’ हे ‘आजोबा’ व ‘बाबा’ यांचा उल्लेख करणारे शब्द. पहिल्या वाक्यात मात्र ‘आई’साठी ‘ती’; ‘त्या’ का नाही? आणि आजोबांना ‘तुला’ का नाही म्हणत?’ व्यवहाराचे हे नियम शब्दबदलाने भाषेत कुणी आणले? कसे आले? मराठीत ‘ते लोक’ असेही होते आणि ‘ते बाबा’ असेही होते. हे कसे? मराठीच्या ग्रामीण बोलीत ‘माझा बा’, ‘माझा बाप’ असे होते; ‘माझे बा’, ‘माझे बाप’ होत नाही. म्हणजे आदर दाखविण्याची रीत अखिल मराठी भाषक समाजाची नाही. संस्कृतीचा हा कुठला पदर आहे? समाज एकजिनसी नसला– आणि तो नसतोच; मग संस्कृती एकजिनसी कशी असेल? भाषेतून दिसणारा हा सांस्कृतिक फरक भाषा-घटकांचा असल्याने तो भाषाव्यवस्थेचाच भाग मानायला हवा. मग याची तरतूद मराठीच्या व्याकरणात करणार, की मराठीच्या भाषाव्यवहाराशास्त्रामध्ये करणार, की मराठीच्या सामाजिक भाषाविज्ञानात? ‘काल’, ‘आज’, ‘तो’, ‘ती’, ‘ते’, ‘मी’ यांना स्वत:चे पक्के अर्थच नाहीत. ज्या परिस्थितीत ते वापरले जातात, त्या परिस्थितीनुसार ते बदलत राहतात. मग भाषाविज्ञानाच्या अर्थविन्यासात ते बसवायचे, की भाषेच्या व्यवहारशास्त्रामध्ये की सामाजिक भाषाविज्ञानामध्ये? भाषाविज्ञान या प्रश्नाचे निश्चितपणे उत्तर आज देऊ शकत नाही; म्हणजे सामाजिक भाषाविज्ञानाची व्याप्तीही आज ठरविता येत नाही.

जगातील अल्पभाषक समाजांचे भाषिक वर्तन आणि भाषिक परिस्थिती समान आहे, असेही नाही. प्रधानभाषकांशी घडणाऱ्या आर्थिक व सामाजिक व्यवहारांचे स्वरूप, त्या व्यवहारांतील समभाव किंवा उच्च-नीच भाव, प्रधानभाषकांशी सांस्कृतिक स्तरावरची जवळीक वा दुरावा, प्रधानभाषा बोलणाऱ्या समाजात मिसळून जाण्याची प्रेरणा, त्या समाजाविषयीच्या आदर-भावना व स्वत:कडे न्यूनत्व घेण्याची वृत्ती, त्या समाजात विरघळून जाण्याचा पर्याय बंद आहे हे समजल्यावर निर्माण होणारी चीड व त्यातून उत्पन्न होणारा स्व-समाज, स्व-जाती, स्व-धर्म, स्व-राष्ट्र, स्व-वंश वगैरेबाबतचे खरे-खोटे अभिमान...आर्थिक, राजकीय वर्चस्व की सांस्कृतिक, सामाजिक वर्चस्व यांतील पसंती...प्रधानभाषा बोलणाऱ्या समाजाबाबत उपरेपणा वा तुच्छतेची भावना, भाषा-सहजीवन की

भाषासाम्राज्य याबाबतची पसंती, वैयक्तिक जीवन आणि सामाजिक जीवन यांत एकसूत्रता असण्याची इच्छा व परिस्थिती, किंवा त्यात विलगता ठेवण्याची इच्छा व परिस्थिती, व्यक्ती आणि व्यक्तिनिरपेक्ष सामाजिक संस्थांचे अस्तित्व व त्याद्वारे होणारा सामाजिक व्यवहार किंवा व्यक्ती, गट व समाज अशा जन्म वा वर्गाधिष्ठित उतरंडीतून घडणारा सामाजिक व्यवहार, व्यक्तिस्वातंत्र्यावर येणारी कायद्याची, राजकीय, आर्थिक उघड बंधने व अप्रत्यक्षपणे येणारी राजकीय, सामाजिक, सांस्कृतिक बंधने— या सर्व गोष्टींमधून अल्पसंख्याकांची स्वभाषा व परभाषा यांबाबतची वृत्ती व या भाषांतील व्यवहार ठरत असतो. अल्पसंख्य भाषक समाजाच्या सर्वेक्षणाचे आदर्श यातील काही निवडक गोष्टींवर लक्ष केंद्रित करते आणि ते रास्तही आहे. अल्पसंख्य मराठी भाषकांच्या सर्वेक्षणासाठी आम्ही वापरलेला आदर्श हाही असाच काही गोष्टींवर लक्ष केंद्रित करणारा असा एक आदर्श आहे. वेगवेगळे आदर्श वापरून, भाषेच्या सामाजिक व्यवहारातील वर उल्लेख केलेल्या वेगवेगळ्या अंगांचे निरीक्षण करून येणाऱ्या विविध निष्कर्षांतून अल्पसंख्य भाषक-समाज याविषयी सिद्धांतन करणे शक्य आहे; पण तो पल्ला दूरचा आहे. भाषेच्या सामाजिक व्यवहाराच्या विविध अंगांवर विविध आदर्श वापरून केलेल्या संशोधन-सर्वेक्षणातून अशी निष्पन्न होणारी सिद्धान्तने शेवटी सामाजिक भाषाविज्ञानाच्या सिद्धांतांकडे नेऊ शकतील; पण तो पल्ला तर फारच दूरचा आहे. संशोधन-सर्वेक्षण करणाऱ्यांचा भाषा-विचार व भाषा-वृत्ती याही सिद्धांतमांडणीत अप्रत्यक्षपणे परिणामकारक ठरतील, याचेही भान ठेवायला हवे.

* * *

www.ingramcontent.com/pod-product-compliance
Lightning Source LLC
LaVergne TN
LVHW092034051026
849518LV00012B/910
* 9 7 8 8 1 7 2 9 4 9 0 4 4 *